வாடாத நீலத் தாமரைகள்

வாடாத நீலத் தாமரைகள்

சத்யானந்தன்

வாடாத நீலத் தாமரைகள் © சத்யானந்தன்
Vadatha Neela Thaamaraikal © Sathyanandhan2021
First Edition by Ezutthu Prachuram: January2021

ISBN : 978 93 90053 17 9

TITLE NO EP : 151

Ezutthu Prachuram
(An imprint of Zero Degree Publishing)
No.55(7), RBlock,
6th Avenue, Anna Nagar
Chennai - 600040

Website: www.zerodegreepublishing.com
E Mail id: zerodegreepublishing@gmail.com
Phone : 98400 65000

Cover Art : Jayanthi Sankar
Layout : Vidhya Velayudham

உத்திகள் தரும் வித்தியாசமான வாசிப்பனுபவம்

பதினேழு கதைகள் கொண்ட தொகுப்பு இது. சில கடிகாரங்கள் பெருநிறுவன மக்களைக் குறித்த அழகான சித்தரிப்பு. சாதாரண மக்களை விதி எங்கிருந்தாலும் கூட்டி வரும். நிறம் மாறும் நேர்வு, அரசாங்கங்கள் மாறுகையில் அரசு ஊழியர்களும் பச்சோந்திகள் போல் மாறுவதைச் சொல்கிறது.

Scifi கதை மேய்ப்பன். ஆண்பெண் உறவின் சுவாரசியமே, சில கூடுதல்களும் சில போதாமைகளும் தான். எப்போதாவது எல்லாம் மிகச்சரியாக இருக்கும் கள்ளிச்சொட்டுக் காப்பி நினைவில் நீண்ட நாள் இருக்கும். தேடி அலைய வைக்கும். தினம்தினம் அதுவே சற்றும் மாறாமல் கிடைத்தால் அதன் முக்கியத்துவம் முடிந்து அனிச்சை செயல் போல் குடித்து முடிப்போம். இன்னொரு வகையிலும் மற்ற மென்உணர்வுகள் திரும்பத்திரும்ப காணப்படும் ஊடகங்களால் மெல்லமெல்ல அழிக்கப்படும். கள்ளக்காதலில் கணவன் கொலை என்றால் நாற்பது வருடங்களுக்கு முன் பதறியது போலவா நாம் பதறுகிறோம்.

மோகினியின் வளையல்கள் மாய யதார்த்த சாயல் கொண்டது. வாடாத நீலத் தாமரைகள், மகாபாரதத்தில் இருந்து ஒரு இழையை எடுத்து வித்தியாசமான கேள்வி ஒன்றை முன்வைக்கிறது.

பச்சோந்தி மனிதருடன் உரையாடுகிறது. கடற்கன்னி வந்து பேசுகிறாள். பான்டசி, மாய யதார்த்தம், விஞ்ஞானக் கதை என இதற்கு முந்தைய தொகுதிகளைப் போலவே கலவையான யுத்திகளில் எழுதியுள்ளார். இவரது பெரும்பாலான கதைகளில் கதைசொல்லி ஒருவராக இருப்பதில்லை. பலர்வந்து போவார்கள். கதையும் நேர்க்கோட்டில் பயணிப்பதில்லை. பிரச்சாரக் கதையாக மாறியிருக்க வேண்டிய நிறம் மாறும் நேர்வு அந்தத் தொனிகூட இல்லாமல் வந்திருப்பது இந்த கதை சொல்லும் முறையால் தான். அதே போல இவர் சொல்ல

விரும்பும் கருத்தை விளக்கமாகச் சொல்லிக் கொண்டு போவதில்லை. வாசகர்களையும் உடன் பயணித்து கதைகளை விரிவாக்கிக் கொள்ள செய்கிறார். வழக்கமான ஜனரஞ்சகக் கதைகளில் இருந்து மாறுபட்ட வாசிப்பனுபவத்தைத் தரும் சத்யானந்தன் கதைகள்.

முன்னுரை என்பதே பலநேரங்களில் படிக்காமல் கடந்து போகும்விதமாக அமைந்து போகிறது. முன்னுரைகள் பெரும்பாலும் தான் படித்த நூல்களை அறிமுகப்படுத்தும் ஒரு களமாக, இல்லையென்றால் வாசகர் இனிமேல் படிக்க வேண்டிய கதைகளின் சுருக்கத்தைச் சொல்லும் இடமாக போய்விடுவது காரணமாக இருக்கக்கூடும்.

சத்யானந்தன் கவிஞர், எழுத்தாளர். இருபது ஆண்டுகளுக்கும் மேல் தமிழிலும் ஆங்கிலத்திலும் எழுதிக் கொண்டிருக்கிறார். தாடங்கம் என்ற சிறுகதைத் தொகுப்பில் பரிட்சார்த்த முயற்சிகள் பல செய்திருப்பார். போஸ்ட் மாடர்னிச மற்றும் மாஜிக்கல் ரியலிச யுத்திகள் என்று கலந்து அதுவும் வித்தியாசமான தொகுப்பு.

வாழ்த்துக்களுடன்,
சரவணன் மாணிக்கவாசகம்
28 ஜூன் 2020

உள்ளே

சில கடிகாரங்கள் 9

நிறம் மாறும் நேர்வு 23

½ 36

ஒரு ப்ளேட் தயிர்சாதம் 49

மேய்ப்பன் 56

சாதனம் 65

கல உமி 74

புழக்கம் 86

கச்சிதம் 94

மடக்குமேசை 101

நந்தி 110

குயில்கள் கரையும் காலம் 116

மோகினியின் வளையல்கள் 126

சாத்தான் காற்று 135

வாடாத நீலத் தாமரைகள் 140

தப்புதான் 150

திருமால்பூர் எக்ஸ்பிரஸ் 165

சூஹா ஜால் 170

பெயரில்லாதவள் 178

சில கடிகாரங்கள்

காரியதரிசி சுசித்ராவின் அறையில், அவளது மேஜைக்கு எதிரே சுவரில் நான்கு கடிகாரங்கள் இருந்தன. அமெரிக்கக் கொடி முட்கள் சந்திக்கும் இடத்தில் இருக்கும் கடிகாரம் சதுர வடிவில் இருந்தது. அது இப்போதைய அமெரிக்க நேரம். ஒரு மீனின் வடிவத்தில் இருந்த கடிகாரத்தில் துபாயின் 'புர்ஜ் காலீஃபா' வின் பின்புலம். மூன்றாவது கடிகாரம் நட்சத்திர வடிவில் இருந்தது. அதில் ஃபிரான்ஸ் நேரம் இருந்தது. நான்காவது கடிகாரம் வட்ட வடிவில் இந்தியக் கொடி மையமாக இருந்தது.

அவளது மேலாளர் 'இண்டியன் ரோட்கிங்' டயர் கம்பெனியின் 'மார்க்கெட்டிங் ஹெட்' சுமன் சாவந்த், சந்தையில் தம் கம்பெனி டயர்களின் விற்பனை எத்தனை சதவீதம் கடந்த மூன்று மாதங்களில் என்பதை இரு இளம் உதவியாளர்களுடன் விவாதித்துக் கொண்டிருந்தார். உணவு இடைவேளைக்குப் பின் அவர் கடந்த மூன்றுமாத விற்பனை விவர அலசலில் ஆழ்ந்திருந்தார்.

மணி மூன்றடித்ததும் தேநீரை அனுப்பியவள், ஃபிரான்ஸ் கடிகாரத்தைப் பார்த்தபடி இருந்தாள். இந்திய கடிகாரம் இரண்டே முக்கால் காட்டியபோது, அங்கே பத்தேகால் மணி.

மேலாளர் சுமனின் ஸ்கைப் கணக்கைத் திறந்தாள். ஃபிரான்ஸின் 'யூரோ மோட்டார் ரேசர்ஸ் க்ளப்'பின் செயலாளர் டாம்

வில்லியமின் கணக்குக்கு ‘ஹாய்’ அனுப்பினாள். சுமார் இரண்டு நிமிடம் கழித்து ‘ஹாய்’ என்று பதில். ‘இன்னும் பதினைந்து நிமிடத்தில் ஸ்கைப் வீடியோவில் விவாதத்துக்கு நாங்கள் தயார்,’ என்று அனுப்பினாள். ‘ஷ்யூர்’ என்று பதில் வந்தது.

புனேயில் இருக்கும் ‘செலெப்ரிட்டீஸ் நெஸ்ட்’ எனும் ‘ஈவண்ட் மேனேஜர்’ நிறுவனத்துக்கு அதே செய்திகளை அனுப்ப அவர்கள் சிஓஓ மஞ்சு குப்தா தயார் என பதில் போட்டாள். ‘இண்டர்காம்’ மணி கேட்டதும் ‘என்ன சுசி?’ என்றார் சுமன். “சார், ஸ்கைப் வீடியோ கான்ஃபரன்ஸ் இன்னும் அஞ்சு நிமிஷத்திலே,” என்றாள்

டாமின் காரியதரிசிதான் அவரது பேச்சின் ஆங்கில மொழிபெயர்ப்பாளரும்கூட. சென்ற முறை அவள் ரோஜா நிறப் பின் புலத்தில் இளஞ்சிவப்பு நிறக் கோடுகள் போட்ட ஃப்ராக் அணிந்தவள், இந்த முறை அவள் வெளிர் நீல மேற்கைச்சட்டையும் அதை கருநீல கீழுடைக்குள் பொருத்தி இருப்பதும் தெரிந்தன. அப்படி உள்ளே விட்டிருந்தால் அது ‘மினிஸ்கர்ட்’டாகத்தான் இருக்க வேண்டும். மெலிதான லிப்ஸ்டிக் போட்டிருந்தாள்.

சென்ற முறை முழுக்கைச் சட்டை, கால்சராயில் இருந்த மஞ்சு, இந்த முறை புடவையில் இருந்தாள். தங்க நிற ஷீஃபான் புடவை. அதே நிற ‘காக்ரா சோளி’. அடர்ந்த லிப்ஸ்டிக். சுசியைப் பார்த்து சுமன் தலையசைத்தார். “குட் மார்னிங் எவ்வரி ஒன். நாம் இப்போது இந்தியாவின் சென்னை மாநகரை ஒட்டிய ஒரு கடுமையான கிராமச் சாலையில் கார் பந்தயம் நடத்தும் பிராஜட்டின் இறுதிக் கட்டத்தில் இருக்கிறோம். ஒப்பந்தங்கள் வரைவாகித் தயாராக இருக்கின்றன. நாம் விவரம் கேட்க விரும்பும் முக்கிய விஷயங்களைப் பகிர்ந்தால் இன்றே ஒப்பந்தம் கையெழுத்திட சுமன் தயார்.”

அங்கே இருந்து டாம், “அவர்கள் தங்குமிடத்தின் மாதிரிகளைக் காட்ட இயலுமா?” என்றான்.

சுசி ஒரு இணைப்பை அந்த உரையாடல் பெட்டியில் ஒட்டி அதன் மீது சொடுக்கினாள். வரவேற்பறை, பெரிய படுக்கை அறை, பெரிய பால்கனி, பெரிய குளிக்கும் தொட்டி, பெரிய உணவறையும் அதன் சுவரில் விலையுயர்ந்த வெளிநாட்டு மதுவும், ஐந்து நட்சத்திர ஓட்டலின் முகப்பும், வரவேற்பு ஹாலும் அதன் பின் பெரிய, வெளிச்சமான பூந்தொட்டிகள் நிறைந்த முற்றமும். பின்பக்கம் நீச்சல்குளம், மிக மெல்லிய ஒளியில் உணவுக்கூடம். டாமின் முகம் மலர்ந்தது.

“குட். எங்கள் பந்தய வீரர்களுக்கு இது பிடிக்கும்,” என அவன் கீச்சுக் குரலில் கூறியதை அவனது காரியதரிசி மொழிபெயர்த்தாள்.

மஞ்சு கையை உயர்த்த டாம் ‘ப்ரொசீட்’ என்றான். “நாங்கள் ஹாலிவுட்டின் மாளவிகா ஸ்ரீவாத்ஸவ் என்னும் புகழ் பெற்ற நடிகையின் நடன நிகழ்ச்சியைத் தொடக்கத்தில் தருகிறோம். தொலைக்காட்சிகளில் பெரிய அளவில் பார்க்கப்படும்,” என்றாள்.

“நல்லது. சுமன், எந்த வீரர்களுக்கும் அல்லது வேறு எந்த விதத்திலுமான அசம்பாவிதத்துக்கான இன்ஸூரன்ஸ் தயாரா?” என்றான்.

“தயார். சுசி மின்னஞ்சல் அனுப்புவார்,” என்றார்.

“அடுத்த கான்ஃபரன்ஸை நீங்கள் ரேஸ் துவங்கும் இடத்தில் இருந்து சுமார் ஒரு கிலோ மீட்டர் வரையான மைதானம் மற்றும் பாதைகளைக் காட்டிச் செய்தால் ஒப்பந்தம் கையெழுத்திடலாம். வீரர்கள் என்னிடம் ஏற்கனவே ஒப்புதல் தந்தார்கள்.”

சுமன், “காரியதரிசிகள் பேசி அதற்கான ஏற்பாடுகளைச் செய்து, அடுத்த சந்திப்பை ஒழுங்கு செய்யட்டும்,” என்றார்.

“இந்நிலையில் நாம் இன்றைய சந்திப்பை முடித்து மீண்டும் சந்திக்கலாமா?” என்றாள் சுசி. மஞ்சு கட்டை விரலை உயர்த்த, ஏனையரும் அவ்வாறே செய்தனர்.

இருபது பணிப் பொந்துகளாலான கூடம் அது. ஆண்பெண் என எல்லோரும் கணினியின் திரையில் ஆழ்ந்திருந்தார்கள். சுவரில் பெரிய நீள் சதுர மின்னணு கடிகாரம் ஒன்று மதியம் மணி இரண்டு என்பதை 14:00 என்று காட்டியது. 90 நிமிடம் இன்னும். 89... 88 என அதன் பக்கத்தில் ஒரு செய்தி மினுக்கிக் கொண்டிருந்தது.

பிரேம்குமார் அடுத்த ஐந்து நிமிடங்கள் 'ஸ்டாக் மார்க்கெட்' ஏற்ற இறக்க அவதானிப்பை நிறுத்த முடிவு செய்தான். புதிதாய் வந்திருக்கும் டிரைவர் ஆறுமுகம் அனேகமாகக் கைபேசியை எடுப்பதே இல்லை. 'வேலையாய் இருந்தேன்' என்பான் சர்வசாதாரணமாக. காலையில் தன் ஊரில் 'டிராக்டர், லாரி ரிப்பேர் செய்கிறேன் அதனால் எடுக்கவில்லை' என்பான். இப்போது மதியம். அவன் பணியிடமே பிரேம்குமாரின் வீடுதான். எடுக்கவில்லை என்றால் வாங்குவாங்கு என்று வாங்கிவிட வேண்டியதுதான்.

"ஹலோ," அதிசயம் கைபேசியை எடுத்து விட்டான். "வந்துட்டீங்களா?"

"வந்துட்டேன் சார்."

"நேத்தி மாதிரி கேட்ல மாட்டிக்காம பசங்க ஸ்கூலுக்கு இன்னிக்கிப் போக என்ன செய்யலாம்னு இருக்கீங்க?"

"டெய்லி அதே டயத்துக்குத்தான் ட்ரெயின் வருமா சார்?"

"ஆறுமுகம், இந்த ஆராய்ச்சியே வேணாம். ஃப்ளை ஓவர் எங்கேனு தெரிஞ்சுக்கங்க. இப்பவே கிளம்பினா மூணேகால் போல போயிடலாம். ஸ்கூல் கிட்டே கார் பார்க் பண்ணவே உங்களுக்கு அரை மணி ஆவும்."

"என்ன, கிளம்பறீங்களா?"

"சரி சார்."

வட்ட வடிவில், ரோமானிய எண்கள் உள்ள வெண்மைப் பின்னணியில் முள் நகரும் அந்த சுவர் கடிகாரம், காலை எட்டு எனக் காட்டியது. பண்ணையார் ராமதாசுக்கு அது சரியான

நேரமா என்பதில் சந்தேகம் இருந்தது. கல்லூரிக்குப் பேருந்தைப் பிடிக்க அவர் மகள் அதில் நேரத்தைக் கூட்டி வைப்பாள். தனது கைக்கடிகாரத்தைத் தேடினார். அதைக் கைவாக்கில் டிவி அருகிலோ, சிறிய மரபீரோ மீதோ, பெரிய சாய்வுக் கட்டைகள் உள்ள மர நாற்காலியின் கட்டைகளுள் ஒன்றின் மீதோ எங்காவது வைத்து விடுவார். பொறி தட்டியவராக உணவு மேஜையை நெருங்கினார். அதில் செய்தித் தாளுக்குக் கீழே அவரது கைக்கடிகாரம் இருந்தது. பழங்கால ரோலெக்ஸ் கடிகாரம், அவரது மாமா திருமணப் பரிசாகத் தந்தது. வெளிவட்டத்தில் அரேபிய எண்களில் நேரத்தையும் உள்ளே மையத்தில், கிழமை, தேதி, வருடம் மூன்றுமே காட்டும். கருமைப் பின்னணியில் வெள்ளை எண்கள் கொண்டது. அது மணி 8.40 என்று காட்டியது. இன்னும் இருபது நிமிடங்களுக்குள் முடிவெடுத்தாக வேண்டும்.

ஆறுமுகம் எண்ணுக்கு அழைத்தார். அவன் எடுக்கவில்லை. ஐந்து நிமிடம் இடைவெளி விட்டு மறுபடி அழைத்தார்.

“சொல்லுங்க பண்ணையார் ஐயா.”

“என்ன தம்பி, வந்து டிராக்ட்ரைப் பாத்தீன்னா இன்னிக்கி உழவுக்குத் தோதா இருக்கும். நேத்திக்கி மழை பெஞ்சிருக்கு. ஒரு ஓட்டு ஓட்டி நாளைக்கி விதை தூவலாம்னு இருக்கேன்.”

“இல்லைய்யா, ஒரு சரக்கு லாரி அர்ஜெண்ட்டு அதான்.”

“என் வேலை உனக்கு அர்ஜெண்ட்டே இல்லையா?”

“அப்டி இல்லீங்க.”

“சரி, மத்தியானம் வாயேன்.”

“இல்லய்யா, மத்தியானம் டவுனுக்குப் போயி காரு ஓட்டணும்ங்க.”

“எதாவது சாக்குப் போக்கு சொல்லு. கையில ஓட்டம் அதிகம். அதான் நாங்களெல்லாம் எளப்பமாத் தெரியுறோம்.”

இணைப்பைத் துண்டித்தார். இப்போது மணி 8.55. ஒன்பது மணிக்கு வாடகைக்கு எடுத்தாலும் பதினோரு மணிக்கு வாடகைக்கு எடுத்தாலும் ஐந்து மணி வரை ஒரு நாள் வாடகை டிராக்டருக்கு. அதன் உரிமையாளரை அழைத்தார்.

சின்னஞ்சிறிய ரோஜாவண்ண 'கேஸ்', முட்களுக்குப் பின் ரோஜாவண்ணப் பின்புலம். நீரஜா பயிற்சி மாணவர்கள் விட்டுச் சென்ற விடைத்தாட்கள் ஒவ்வொன்றையும் எடுத்துக் கொண்டிருந்தாள். இன்னும் பத்து நிமிடம் இருந்தது. மாணவிகள் விடைத் தாட்களை விட்டுச் செல்லாமல் சரிபார்த்தபடி இருந்தனர்.

அவள் கடிகாரத்தின் உள்ளே, ஐந்து வயதுமகன் அஜய், எட்டு வயது மகள் காவ்யா, கணவன் பிரேம்குமார், தோழிகள் மாலதி, சிவாணி, அப்பா, அம்மா, சத்யசாய்பாபா மற்றும் சகோதரன் பிரதீப் ஆகியோரின் உருவங்கள் மாறிமாறி வந்து கொண்டே இருந்தன. நீண்ட மணி அடித்ததும் மாணவிகளும் விடைத்தாட்களை வைத்து விட்டு வெளியேறினார்கள். அனைத்துத் தாட்களையும் அடுக்கினாள். ஆங்கிலத்தில் எல்லாப் பயிற்சித் தேர்வுகளிலும் வெல்ல அவர்களின் பயிற்சி நிலையைத் தணிக்கை செய்யும் தேர்வு இது.

நாற்பது மாணவ மாணவிகளின் விடைத்தாட்களை வரிசைப் படுத்தி வைக்க வேண்டும். முதலில் எண்ணினாள். வரிசைப் படுத்தி, பின் அவற்றை ஒரு கட்டாகக் கட்டியபின் கடிகாரப் பொத்தானை அழுத்தினாள் மணி நான்கு முப்பது. ஆறுமுகத்தை அழைத்தாள். ஆச்சரியம் உடனே எடுத்தான்.

"வணக்கம் மேடம்."

"வணக்கம். பசங்க வந்துட்டாங்களா?"

"வந்துட்டாங்க மேடம்."

"ஆயா?"

“இன்னும் வரலே மேடம்.”

“ஆயா வராம நீயும் காவ்யாவும் அஜையைத் தனியா விட்டுக் கிளம்பிடாதீங்க.”

“சரி மேடம்.”

“எதாவது சாப்டாங்களா?”

“ஃபிரிட்ஜுல பீட்சா இருந்திச்சு. காவ்யா சூடு செய்தாங்க. தம்பி ரெண்டு பேருமே சாப்பிட்டாங்க.”

“குட். நீங்க பாட்டுக் கிளாஸ்ல வெயிட் பண்ணும்போது எதாவது சாப்பிடுங்க.”

“சரி மேடம்.”

“அப்புறம் உன் ஒயிஃப் என்ன சொன்னா?” ஆறுமுகம் பதில் பேசவில்லை.

“தோ பாரு ஆறுமுகம். அன்னிக்கி அவுட் ஹவுஸைப் பாத்தே இல்லே?”

“பாத்தேன் மேடம்.”

“எதாவது குறை வெச்சிருக்கோமா?”

“இல்லே மேடம்.”

“புதுசா பெயிண்ட் அடிச்சு, ரூமுக்கு ஏசி கூடப் போட்டுட்டோம். வாடகை இல்லே. உன் பொண்ணுக்கு நான் இங்கிலீஷ் ஸ்கூலிலே அட்மிஷன் போட்டு ஃபீஸ் கட்டறேன். உன் பொண்டாட்டிக்கி இப்போ இருக்கிற ஆயாவோட வேலை. மொத்தம் ரெண்டு பேருக்கும் சேத்து பன்னிரண்டாயிரம். இது ஏன் புடிக்கலே உன் பொண்டாட்டிக்கி?”

“சாரி மேடம்.”

“என்ன சாரி. உனக்கு இது பிடிச்சிருக்கா? கிராமத்து ஸ்கூல்ல உன் பொண்ணு என்ன படிக்கப் போறா சொல்லு பாக்கலாம்.”

“கரெக்ட்தான் மேடம்.”

“நெஜமாதான் சொல்றியா?”

“ஆமாம் மேடம்.”

“அப்டீன்னா வர்ற ஒண்ணாந் தேதிலே இருந்து இங்கே வர்றீங்க... ஸ்கூலுக்கு நான் சொல்லிக்கிறேன். உங்கள மாதிரி ஏழைப்பட்டவங்களுக்குத் தனி இடம் இருக்கு காவ்யா ஸ்கூல்லேயே சேத்து விடறேன். ஓகேவா?”

“தேங்க்ஸ் மேடம்.”

“அப்புறம் பேச்சு மாறக் கூடாது.”

“மாட்டேன் மேடம்.”

பஞ்சாயத்துத் தலைவர் மாடசாமி கையில் கருப்புப் பட்டியில் கனமான கூட்டில், முட்களின் பின்னணியில் எம்ஜியார் படம் வைத்த கடிகாரம் இருந்தது. *9.45* என்று நேரம் காட்டியது. சுசித்ரா அவர்களைப் பத்து மணிக்கு டாணென்று வந்து விட வேண்டும் என்று கூறி இருந்தாள். அதன் பின் ஐயாவை அவர்கள் சந்திக்க மறுபடி அடுத்த நாள்தான் வர வேண்டும்.

குளிர்சாதனம் செய்யப்பட்ட வரவேற்பறை. அதில் ஒரு பக்க சுவரில் டயர் விளம்பரம். மறுபக்க சுவரில் கையில் ஒரு போட்டியின் சுழற் கோப்பையுடன் ஒரு கோட்டு சூட்டு போட்ட ஆளின் படம். சுசித்ராவின் அறைக் கதவு இருக்கும் சுவரில், கதவின் மேல் ஒரு கடிகாரம் பெண்டுலம் அசையும் பழைய பாணியில் இருந்தது. நான்காவது சுவரில் சோபாக்களின் மேற்புறம் குளிர்சாதனத்தின் காற்றை வீசும் பெட்டி இருந்தது.

பத்து மணிக்கு சுசித்ரா அறையை விட்டு வெளியே வந்தாள். தடிமானான சாம்பல் நிற சூடிதாரும், கீழே வெள்ளை நிற லெக்கின்ஸ்ஸும் அணிந்திருந்தாள். தலையை ஆண்கள் போல க்ராப் செய்திருந்தாள். மிக மெல்லிய லிப்ஸ்டிக். தொங்கும் சித்திரத் தோடுகள். கழுத்தில் எதுவுமில்லை. எழுந்து நின்று கும்பிட்டார். “வாங்க ஐயா.”

உள்ளே அவளது அறையில் அவளது சுழல் நாற்காலியும் பெரிய ப வடிவ மேசையும் அறையின் வெளிச்சமும் அவரை அயர வைத்தன. மணியடித்தாள்.

"காபி ஒண்ணு," என்றாள் உள்ளே வந்த சிப்பந்தியிடம்.

அவர் முன் இருபது ரூபாய் ஸ்டாம்ப் காகிதத்தை நகர்த்தி, "ஐயா தமிழிலேயே உங்களுக்காக ஒப்பந்தம் தயார் செய்திருக்கோம். தண்டோரா போட்டு, நோட்டீஸ் அடிச்சி, எல்லோருக்கும் ஞாயிறு மாலை நாலரையிலேருந்து ஆறு மணி வரை கிராமத்துக்குப் பக்கத்திலே போவுற மெயின் ரோடுல யாருமே போகக் கூடாதுன்னு தெரியப்படுத்துற பொறுப்பை நீங்க பஞ் சாயத்திலே ஏத்துக்கறீங்க. படிச்சிப்பாருங்க."

படிக்கத் துவங்கினார். 'கிராமத்தில் எல்லா வீட்டு மக்களுக்கும் தெரியப் படுத்தும் பொறுப்பை பஞ்சாயத்து ஏற்கிறது. டயர் நிறுவனம் கிராம மக்களைத் தொடர்பு கொள்ளத் தேவையில்லை.'

"இடது பக்கம் நீங்க கையெழுத்துப் போடுங்க. வலது பக்கம் ஐயா போடுவாரு. உங்க கிட்டே தனியாத் தர்றதாச் சொன்ன நாப்பதாயிரத்திலே இருபதை நீங்க கேஷியர் கிட்டே வாங்கிக்கலாம். மீதி ரேஸ் முடிஞ்ச அப்புறம் தருவோம்."

காபி வந்தது. "குடிங்க. சாரு இப்போ உங்களப் பாக்க முடியுமானு கேட்டுட்டு வர்ரேன்," அவள் தனது இருக்கையின் வலதுபுறம் இருந்த கதவைத் தள்ளிக் கொண்டு உள்ளே போனாள்.

"இதனால எல்லா ஜனங்களும் பஞ்சாயத்தாரு சொல்றதாவது. இன்னிக்கி சாயங்காலம் நாலரை மணிக்கி மேலே ஆறரை மணி வரையிலே யாருமே மெயின் ரோடை கிராஸ் பண்ண முயற்சி செய்யக் கூடாது. போலீசாருங்க போடுற தடுப்பு வேலியைத் தாண்டிப் போகக் கூடாது. நூத்தி அம்பது கிலோமீட்டரு வேகத்துல காரு ரேசடிச்சிக்கிட்டு வரும். உங்க சொந்த பந்தத்துக்கும் சொல்லி வைங்கோ."

டமடமவென முரசைத் தட்டியபடி நகர்ந்தவர் தன் கைக்கடிகாரத்தைப் பார்த்தார். தன் கையிலிருக்கும் சிறிய கருநிற பிளாஸ்டிக் கடிகாரம் 1130 என்று எண்களில் காட்டியது. மினிபஸ் பன்னிரண்டு மணிக்கு. அவர் நடையை எட்டிப் போட்டார்.

கான்ஸ்டபிள் செல்வம் தன் கைபேசியில் முதலில் அனுப்பிய வாட்ஸ்அப் புகைப்படத்தின் நேரத்தைப் பார்த்தான். பதினொன்றரை மணி. இப்போது பன்னிரண்டரை. முதல் நாள் இரும்புத் தடுப்புக்களைக் கொண்டு வந்து வைத்த காண்டிராக்டர் இன்று போன் போட்டால் இறக்கி வைக்க மட்டும்தான் ஒப்பந்தம் என்று சொல்லி விட்டார். கிராமத்திலிருந்து மொத்தம் ஆறு இடத்தில் மெயின் ரோட்டுடன் வெட்டிக் கொள்ளும் பாதைகள் இருந்தன. இரு பக்கமும்தான் ஒரு ஆளே கனமான இரும்புத் தடுப்புக்களை இழுத்து வைக்க வேண்டி இருக்கிறது. வியர்த்து சோர்ந்து போனான். ஓர் இடத்தில் இருந்து மற்றோர் இடத்துக்கு சென்று சேரவே பதினைந்து நிமிடம் ஆகிறது. யாரையாவது கூப்பிட்டாலே ஓடி விடுகிறார்கள். ஜூனியர் என்பதால் இப்படி மாட்டு வேலை வாங்கும் இன்ஸ்பெக்டர் பார்க்கட்டும் என்றுதான் ஒவ்வொரு சந்திப்பில் வைத்து ஒரு புகைப்படம் வாட்ஸ்அப்பில் எடுத்து அனுப்பி வைத்தான்.

ஆறுமுகத்தின் மகள் செல்வியும் பிரேமின் மகள் காவ்யாவும் மிகவும் நட்பாகி விட்டார்கள். கரடி வடிவ பொம்மைகள் எத்தனை நிறம், எத்தனை வடிவம் பெரிதும் சிறிதுமாய். பார்பி பொம்மைகளில் சின்னப் பெண்கள் எத்தனை உடைகளில். செல்வியின் மகிழ்ச்சிக்கு அளவே இல்லை. செல்வி தோட்டத் தரையில் பாண்டிக்குக் கோடுகள் போட்டு சிறு கல்லை வைத்து ஆடிய விளையாட்டு காவ்யாவை மிகவும் கவர்ந்தது.

உருளைக்கிழங்கு பொரியல், மீன், முட்டை, சிப்ஸ், பாயசம் என எத்தனை வகைகள் உணவு மேசையில். “உங்க சம்சாரம் என்ன சொல்றாங்க?” என்று வினவினாள் நீரஜா.

“சம்மதம் தாம்மா,” என்றான் ஆறுமுகம்.

“அவங்க வாயையே திறக்க மாட்டேங்கறாங்க.” ஆறுமுகம் தன் காலால் மனைவியின் காலை இடறினான்.

“டிராக்டர் ரிப்பேர்ல நல்ல வருமானம்மா,” என்றவள், “அதான் யோசிச்சேன். இருந்தாலும் அவரு விருப்பம் தாம்மா முடிவாயிடுச்சு,” என்றாள் சாப்பிடுவதை நிறுத்தி.

“உன்னோட பாப்பாவுக்கு இது மாதிரி ஸ்கூலிலே படிக்கிற வாய்ப்பு அந்த கிராமத்திலே கிடைக்காது,” என்றாள் நீரஜா.

ஒரு திரையில் பெரிய டயர் வடிவ கடிகாரம் தோன்றியது அது மணி மூன்று என்று காட்டியதும் ‘மாளவிகா... வருக வருக...’ என திரையில் வாண வேடிக்கை தோன்றியது. அந்தத் திரைக்குக் கீழே இருந்த மேடையில் பத்துப் பதினைந்து பெண்கள் ஏறினார்கள். வரிசையாக நின்றவர்கள் குனிந்து அமர்ந்தபோதுதான் அவர்கள் பின்னணியில் மாளவிகா இருந்ததே தெரிந்த்து. சரித்திரகால மார்புக் கச்சை போல சிறிய மறைப்பும் தொப்புளின் கீழே ஒரு சுற்று சிவப்புப் பட்டாடையும் அதன் கீழே தொங்கும் நீண்ட கொசுவத்தோடும் ஹிந்திப் பாடல் ஒன்றுக்குத் தொப்புள் மார்பு என ஒத்திசைவோடு அவள் அசைத்து ஆடியதை அரங்கமே அதிர்ந்து வியந்தது. தொலைக்காட்சியில் அது அதே நேரம் ஒளிபரப்பாகிக் கொண்டிருந்தது. முதல் பாடல் முடிந்து அவள் உடை மாற்ற மறைந்தாள். திரையில் எந்த சாலை, எந்த ஊர், என்ன கடினமானாலும் இண்டியன் ரோட் கிங் டயர் அதைக் கடக்கும். உங்கள் வேகத்துக்கு. உங்கள் திருப்புகளுக்கு. உங்கள் பாதுகாப்புக்கு. பந்தயமா, பயணமா எதுவானால் என்ன இண்டியன் ரோட் கிங் டயர் உங்கள் சேவையில்.

விர்விர் என ஒலி எழுப்பிக் கொண்டிருந்த பந்தயக் கார்கள் இருபது முப்பது அடி இடைவெளி விட்டு நின்றிருந்தன. பரபரப்பாக இருந்த பார்வையாளர்களை வெயிலும் வியர்வையும் பாதிக்கவே இல்லை. மாளவிகாவின் அடுத்த நடனம் துவங்கியது.

சதீஷ் கையில் இருந்த செவ்வக வடிவ மின்னணுக் கடிகாரம் மணி மூன்றரை என்று காட்டியது. “இன்னும் 30 நிமிடத்தில் போட்டி

துவங்கும். இன்னும் 29, 28 என்று அது அவனுக்கு ஆசுவாசம் கூறிக் கொண்டிருந்தது. அவன் நண்பர்கள் வரக் காத்திருந்தான். ஆயிரம் ரூபாய் டிக்கெட் என்றதும் முதலில் அப்பா ஒத்துக் கொள்ளவே இல்லை. இந்த வருடம் இனிமேல் ரேஸ் பார்க்கப் பணம் கேட்க மாட்டேன் என்று உறுதி அளித்ததால்தான் ஒப்புக் கொண்டார். இதோ அவனது நண்பர்கள் பிருதிவிராஜ், ஷைலேஷ், சரண் வந்து விட்டார்கள். முதுகுப் பையில் இருந்து கருத்த, உயரமான, பொன்னிறத் தாள் உச்சத்தில் மூடிமீது சுற்றிக் கொண்டிருக்கும் போத்தலை வெளியே எடுத்து "பியர் வாங்கிக்கிட்டு வர்றத்துக்கு நேரமாயிடுச்சு மச்சி," என்றான் பிருதிவி.

"மாளவிகா ஐட்டம் சாங் எப்பிடி இருந்திச்சு?" என்றான் சரண்.

"வேற லெவல்டா," என்றான் சதீஷ்.

ஷைலேஷ் தன் பையில் இருந்து பைனாகுலரை எடுத்தான். "எவ்ளோ தூரம்டா பாக்கலாம்?"

"மச்சி, காரு ஃபுல் ட்ரேலே போற வரைக்கும் தெரியும். அஃப் கோர்ஸ் நடுவிலே மரம் வந்தாத் தெரியாது. பட் வெரி ஷார்ப் அண்ட் ஜூம்ஸ் வெல்டா. யூஎஸ் ட்ரிப்பிலே லாஸ்ட் டைம் வாங்கினேன்னு சொன்னேனில்லே?"

பச்சைக் கொடியுடன் நடுவர் முதல் கார் நிற்கும் இடத்துக்கு வந்து காருக்கு சற்று முன்னே நின்று கொண்டார். விர்... ரும்ம்... விர்...ரும்... கார்கள் தம் இயந்திரங்களைத் தீவிரமாக இயக்கின. ஷைலேஷ் தங்கள் நாயகன் விக்ரமின் கார் எண் 18 அது நான்காம் இடத்தில் நிற்கிறது என்று பைனாகுலரைப் பார்த்து உறுதி செய்தான். திரையில் 10,9,8 என எண்கள் இறங்குமுகமாய் வந்தன. 0 என்ற எண் வந்ததும் கார்கள் புகையையும் புழுதியையும் கிளப்பிக் கொண்டு விரைந்தன. பந்தயம் துவங்கி விட்டது.

பல கடைகள் ஆறுமுகம் ஏறி இறங்கினான். அவனுக்குக் கட்டுபடியாகும் விலையில் கரடி பொம்மை எங்கும்

கிடைக்கவில்லை. செல்வியிடம் இருந்த ஐநூறையும் சேர்த்து ஆயிரம் ரூபாய்க்கு ஒரு பொம்மையை வாங்கினான்.

முன்னால் செல்வியை உட்கார வைத்து, பின்னால் மனைவி அமர, இருசக்கர வாகனத்தில் ரெயில்வே கேட் அருகே வந்தபோதுதான், அந்த ரெயில்வே கேட் மூடப் பட்டிருந்தது கண்ணில் பட்டது. ஆறுமுகத்துக்கு முதலாளி பிரேம்குமார் மேம்பாலத்தை உபயோகிக்கச் சொன்னது, அந்த ரெயில்வே கேட் மூடிக் கொண்டதும் நினைவுக்கு வந்தது. ‘அதெல்லாம் கார்லே வந்தாதான். நமக்கு என்ன பிரச்சனை’ என்ற நினைப்பு முகத்தில் புன்னகையை விரித்தது.

இருவரையும் இறங்கிக் கொள்ளும்படி சொன்னவன் “பின்னாடியே வாங்க,” என்று வண்டியைத் தள்ளிக் கொண்டு போய், ரெயில்வே கேட்டின் கம்பித் தடுப்புக்குக் கீழுள்ள இடைவெளியில் அதைக் கிட்டத்தட்டத் தரையில் படும்படி சாய்த்து, தானும் அதனுடன் சாய்ந்து ரெயில்வே கேட்டின் ஒருபக்கக் கதவைக் கடந்து தண்டவாளம் அருகே வந்து விட்டான். இருபக்கமும் பார்வையை ஓட்டியவன் ‘வேகமா வாங்க’ என்றபடி வண்டியைத் தள்ளிக் கொண்டு அடுத்த கதவை நெருங்கினான்.

அந்த இடைவெளியிலும் அதே போல் வண்டியைக் கிட்டத்தட்ட படுக்கப் போட்டு, பின் நிமிர்த்தி, வெளியே வந்தான். வண்டியை நகர்த்த முடியாதபடி எதிரே நிறைய வண்டிகள் நின்றிருந்தன.

‘நீங்க நடங்க’ என்றவன், வண்டியை இயக்கி ‘அண்ணோ கொஞ்சம் சைடு’, ‘ப்ளீஸ் சார்’ என்று, எதிரில் உள்ள வண்டி ஓட்டுனர்களை உசுப்பேற்றாமல், தன் வண்டியைக் காலை ஊன்றி ஊன்றி, இயக்கி, இயக்கி, நகர்த்தி, முன்னே வந்து கொண்டிருந்தான். அவர்கள் நின்றிருந்த இடத்துக்கு வந்ததும் அவன் மனைவி ஏறி அமர்ந்தாள் பின்னிருக்கையில். செல்வி ஏறிக் கொள்ளாமல் அருகே நிற்கும் பஞ்சு மிட்டாய் வண்டியைக் காட்டினாள். புன்னகையுடன் பத்து ரூபாய் நோட்டை அவளிடம் தந்தான். சிறு குச்சி மேல் பெரிய பஞ்சு மிட்டாயுடன்

அவள் மகிழ்ச்சியுடன் முன்பக்கம் அமர்ந்தாள். அம்மாவிடம் இருந்து கரடி பொம்மையை வாங்கித் தன் மடியில் வைத்துக் கொண்டாள்.

தார்சாலை முடிந்து கிராமத்தை ஒட்டிச் செல்லும் மண்சாலையை அடைந்தபோது இரும்புத் தடுப்பைப் பார்த்த பிறகுதான் அவனுக்கு ரேஸ் என்று தண்டோராப் போட்டது நினைவுக்கு வந்தது. “ரேசாங்க... நாம் வெயிட் பண்லாம்,” என்றாள் மனைவி. “வேணாண்டி... நாலரை மணிக்குதானே இங்கே கிராஸ் ஆகும்,” என்றான் கைக்கடிகாரத்தைப் பார்த்தபடி. அவர்களை நடந்து தடுப்பைத் தாண்டி குறுக்கு வாட்டில் சாலையைக் கடக்கச் சொன்னான். தான் தனது மோட்டார் சைக்கிளை பக்கவாட்டில் பள்ளத்தில் இருந்து மேட்டுக்கு ஏற்றும் விதத்தில் முதல் கியர் இட்டு வண்டியை சாலையின் குறுக்காக ஏற்றினான். அவனது கடிகாரம் நின்று அரை மணி நேரம் ஆகி விட்டிருந்தது.

–

நிறம் மாறும் நேர்வு

வெளிர் பாகற்காய் போல இருந்த பச்சோந்தியின் நிறம் தன் இணையை நெருங்க முயலும் எதிரி ஆணைப் பார்த்ததும் கரும் பச்சைக்கு மெல்ல மெல்ல மாறியது. அடர்ந்த இலைகளூடே காத்திருந்தது. எதிரி முதலில் கிளையைப் பற்றிய பிடியை விடாமல் பக்கவாட்டில் பெண் இணை மீது உரசியது. காத்திருந்த ஆண் நிறம் ஆக்கிரோஷத்தில் இன்னும் காட்டமான பச்சையாக மாறியது. இலைகளில் இருந்து மரக்கிளைப் பிடியை விடாமல் வெகு வேகமாக நகர்ந்து, எதிரியின் வாளைத் தன் வாயால் கவ்வி இழுத்தது. எதிரி நிலை குலைந்தான் ஆனால் விரல்களால் மெல்லிய கிளையை முழுதும் பற்றித் தொங்கினான். முகத்தை நீட்டி அவன் முகத்தில் இடித்தது அவனைத் தள்ள முயன்றது தாக்கியவன். தாக்கப்பட்டவன் தன் வாலால் கிளையைச் சுற்றிப் பிடித்துக் கொண்டு ஒரு சுற்றில் பழைய நிலைக்கு வந்தது. பதில் தாக்குதலுக்கு முன்னகர்ந்து அதன் முகத்தைத் தன் வாயைத் திறந்து கூர்ப்பற்களால் கவ்வியது. விடாமல் அழுத்திக் கடிக்கவே அது வலி பொறுக்காமல் பிடியை நழுவவிட்டு அந்த மரத்தின் கீழ் இருந்த புல்தரை மீது விழுந்தது.

வீட்டின் முன்பக்கம் நிறையவே புல் அடர்ந்து விட்டிருந்தது. பச்சை நிறமாக அந்தப்பச்சோந்தி புற்களோடு புற்களாக இருந்தது அவன் கண்ணில் படவே இல்லை. அவன் வரவேற்பறைக்குள்

நுழைந்தபோது அங்கே சுவரின் மீது இருந்த பலகையில், அவனுக்காக அவன் மனைவி வெளியே போகும்முன்பு எழுதிவிட்டுப் போயிருந்த குறிப்பையும் பார்க்கவில்லை. இன்று இரவு உணவை இனிமேல் அவன் வரவழைக்க வேண்டி இருக்கும். ஆனால் வீட்டில் யாருமே இல்லாதபோதும் அவன் அறைக்குள் சென்று தாளிட்டுக் கொண்டான்.

முகம் கழுவி வந்தவன், தன் அலுவலக முதுகுச்சுமையில் இருந்து மடிக்கணினியை வெளியே எடுத்தான். அதன் திரையை உயிர்பெறச் செய்தவன், மனம் மாறியவன் போல அதை மூடி வைத்தான். அறைக்கு வெளியே வந்து மொட்டை மாடிக்கதவைத் திறந்தான். இளஞ்சூடாய் இருந்த மொட்டைமாடித் தளத்தின் முடிவில் இருக்கும் சுற்றுச்சுவர் மீது கையை வைத்தபடி இலக்கில்லாமல் எங்கோ பார்த்தான். அபூர்வமாய்த்தான் அவன் மாலை மங்கும்போது வீட்டில் இருப்பான். அப்போது வெளியே கிளம்பும் திட்டத்துடன் அவன் மனைவி பதட்டம் கொண்டு வந்து விடுவாள். இன்றோ கூடு திரும்பும் பறவைகள், அல்லது இரவு கவியும் வானம் எதையும் அவன் ரசிக்க முடியாததற்கு ஏகப்பட்ட காரணங்கள் இருந்தன.

இணையை, தன்னைத் தாக்கியவன் நெருங்குவான் எனும் எண்ணமே மிகவும் சோர்வு தந்தது. வெகுநேரம் புல்தரையிலேயே கிடந்தது. பின்னர் மெல்ல மெல்ல ஊர்ந்து காரின் அடிப்பக்கம் சென்று அங்கு வெகு நேரம் இருந்தது. அது புல்தரையில் சோர்ந்து கிடந்த போதே அவன் வண்டியை விட்டு இறங்கிப் போகும் நடையை வைத்து, தான் கேள்விகள் கேட்க அவன் இன்று கிடைப்பான் என யூகித்தது. வரவேற்பறையின் ஒரு சாளரத்துக்கு திரைச்சீலைகள் மட்டுமே மூடி இருக்கும். அதன் கதவுகள் திறந்திருக்கும். காரின் மேற்பகுதிக்கு முதலில், காரின் உடல்மீது ஒட்டி ஊர்ந்து சென்று சேர்ந்தது. பின் அதன் விளிம்புக்கு வந்து, ஒரே தாவலில் சாளரக்கம்பிகளைப் பற்றியது. பின்னர் வரவேற்பரையில் இருந்து துவங்கும் மாடிப்படிகளை அடைந்து ஏறியது. பலபடிகள் தாவி ஏறிவந்தபின் அது ஏமாற்றம் அடைந்தது. அறைக்குள் அவன் இல்லை. அதற்கும் மேல் பல படிகள் ஏறவும் அதற்கு தெம்பில்லை.

வெகுநேரம் கழித்து தனது அறைக்கு அவன் திரும்பி வந்தபோது அது சாளரக் கம்பிகளுக்கு இடைப்பட்டு அமர்ந்திருந்தது. அவன் மின்னஞ்சலைத் திறக்கும் முன் அவனிடம் இருந்த பதட்டம், அதை வாசிக்க ஆரம்பித்ததும் அதிகரித்தது. மறுபடியும் மடிக்கணினியை மூடி வைத்தான்.

கைபேசியை எடுத்தான், "பாஸ், வந்துட்டியா? நீ சொன்ன அதே லிஸ்ட்தான் மெயில்லயும் வந்திருக்கு," என்றான்.

"இதுல ஆச்சரியப்பட எதுவுமேயில்லை. லிஸ்ட்ட முடிவு பண்றது அவங்க க்ரூப்புதான். அதே சமயம் அதைத் தள்ளிவிடறத சரியான செலெக்ஷன்ல ஆன லிஸ்ட் மாதிரியே பண்ண விரும்பறாங்க. அவ்ளொதான்."

"சென்னைக்கு வரணும்னு எவ்வளவோ ஆசைப்பட்டு இந்த டிபார்ட்மெண்டுக்கு டெப்புடேஷன் வாங்கிக்கிட்டு வந்தேன். இப்போ ஏண்டா வந்தோம்னு இருக்கு."

"சரி. சயிண்டிஸ்டுங்களை இதுக்கு சாதகமா ஃபைல்லே எழுதச் சொல்லு."

"கவிதான்னு ஒரு சயிண்டிஸ்டு. அந்த அம்மாக்கு விஞ் ஞான அடிப்பபடையுள்ள கட்டுரைகள எப்டி அடையாளப் படுத்தணும்கிற ரூல்ஸ் அத்துப்படி. அவங்க போஸ்ட் கிராஜுவேட் இன் ஃபிசிக்ஸ் வேறே. அவங்க குறிப்புகள ஓவர் ரூல் பண்ணி நான் எழுதினா அது ஆபத்து."

"என்ன ஆபத்து? அவங்க மீடியாவுக்குப் போகவே தயங்க மாட்டாங்க." "நான் ஒரு ஐடியா சொல்றேன்," என்று எதிர்முனை துவங்கிய பின் இவன் திடீரென, "அப்றம் கூப்டறேன்," என்று வைத்தான்.

சுண்டெலி போலத் தலை, பாதி கோலிக்குண்டின் உச்சியில் துளை போட்டது போல இரண்டு கண்கள். சிறிய பலூனை இழுத்து ஊதத் துவங்கி உடனே கைவிட்டது போல சற்றே பெருத்த உடல், மேசையின் வெளிர் அரக்கு நிறத்துக்கு மாறி

மேஜை மேலே அமர்ந்திருந்தது பச்சோந்தி. “நீ ஒண்ணும் நிதானத்ல இல்ல போல?” எலி போன்ற அருவருப்புத் தோற்றமுள்ள மூக்கைத் தூக்கியபடி கேட்டது. “நிதானம் இனிமேதான் தவறணும், உன்னைக் கொல்லணும்,” என்றான். பரபரவென்று அவன் கண்கள் அலைந்தன. அறையை ஒட்டிய பால்கனியில் துணி காயப்போடும் கம்பு ஒன்று மூலையில் சார்த்தி வைக்கப்பட்டிருக்கும். அதைத் தேடிப் பாய்ந்தான். திரும்பி வந்தபோது அது சாளரத்தின் திரைச்சீலையின் பச்சை நிறத்துக்கு மாறி அதன் மேற்பகுதிக் கம்பியைக் காலால் பற்றி அமர்ந்திருந்தது. “ஒரு பச்சோந்தி வாயத் தொறந்தாலே அதக் கொல்லாம்னு உன் மனசுலே பதிஞ்சிருக்கில்ல?” என்றது. “எங்க இனத்துக்கே இங்கிதம் தெரியாது, இதுல நீ மகா மட்டம். ஒருத்தன் பெரிய அழுத்தத்துலே இருக்கும்போது என்னமா வம்பளக்கத் தோட்டத்தில இருந்து துள்ளி வந்திருக்க?” கம்பை இருந்த இடத்திலிருந்து பால்கனிக்குள் வீசியவன் மறுபடி மடிக்கணினியை இயக்கினான். ஆனால் மின்னஞ்சலைத் திறக்கவில்லை. “ஒரு அல்ப விஷயம், உன்னை மாதிரிப் படிச்சவங்க முகம் சுளிக்கிற கோமியம் உன்னை என்னமா ஆட்டி வைக்குது பாரு?” அது விடுவதாயில்லை. பேச்சை வளர்த்தத்தான் செய்தது. அலுவலக விஷயம் இதற்கு எப்படித் தெரிகிறது. இது அரசு ஊழியர் குடியிருப்பும் இல்லை. காரில் எங்கேயாவது தொற்றிக் கொண்டு என்னோடு அலுவலகம் வருகிறதா? இல்லை இதற்கு பேச்சு வந்தது போலவே வேறு சித்திகள் இருக்கிறதா? சனியன், என்ன ஆற்றல் இருந்தால் எனக்கென்ன? சிவகாமி டிவிப்பெட்டியை அணைத்து விட்டு இவன் அறையில் எட்டிப் பார்த்தாலோ இல்லை வெறுமே நடமாடினாலோ இது கண்ணிலேயே தென்படாது. ஆண்பிள்ளை என்றால் ஈரறிவு எனும் ஜந்துக்குக் கூட இளப்பமாகதான் இருக்கிறது.

இளக்காரத்தை சட்டையே செய்யாமல் நான் சொல்வதை முதலில் கேள் எனும் தோரணையுடன் பேசுவது கவிதாவின் இயல்பு. அவள் அப்பா தந்தாரா? இல்லை அம்மாவா? அசத்துகிறாள். நிஜத்தில் நான் பயப்படுவது கவிதாவுக்கா இல்லை ஏனையருக்கா என்பதே பிரச்சனை. “உனக்கு அதிகாரம்

இல்லங்கற. கவிதா தன் மனதை மாத்திக்கிடப் போறதில்லங்கற. அப்றம் ஏன் இந்தப் பதட்டம்?" பச்சோந்தி உற்சாகத்துடன் தொடர்ந்தது.

பச்சோந்திகள் மக்கள் குடியிருப்புப் பகுதிகளுக்குள் தென்படவே கூடாது என்று ஒரு சட்டம் இருந்தால் நன்றாக இருக்கும். "எனக்கு நீ ஆறுதல் சொல்றீயா, இல்ல என் அவஸ்தையப் பாத்து அல்ப சந்தோஷப்பட்றியா?"

"எப்டி வேணாலும் வெச்சுக்கயேன். அல்ப சந்தோஷம் என்ன மனுஷங்ளுக்கு மட்டுந்தான்னு நீங்களே முடிவு பண்ணிட்டீங்களா?"

முடிவு பண்ணுவது என்னும் பிரயோகம் மீண்டும் அலுவலகச் சிக்கலையே நினைவுபடுத்தியது. இந்த முறை மனம்மாறாமல் கம்பை வெகு வேகமாக எடுத்து வந்து சாளரத் திரைச்சீலை மீது ஓங்கி அடித்தான். சாளரத் திரைச்சீலைகள் மற்றும் சாளரக் கம்பிகளுக்கு இடைப்பட்ட சந்தில் அது புகுந்து மறைந்தது.

நிறைய தண்ணீர், கொஞ்சம் விஸ்கி கலந்து குடித்த பின்பு மனம் சற்றே சமன் பட்டதுபோல இருந்தது. காலையில் எழுந்தபோது மீண்டும் பதட்டம் எழும்பினாலும் அலுவலகத்துக்குள்ளே எதாவது ஒரு தீர்வு தென்படும் என்றே தோன்றியது.

சற்று சீக்கிரமே அலுவலகம் போயவிட்டான். வந்திருக்கும் பட்டியலை கவிதா என்னதான் செய்கிறாள் என்று பார்ப்போமே. அவள் அறையைத் தாண்டிப் போகும்போது ஏதோ அவள்தான் மேலதிகாரி போல ஜாடையாகப் பார்த்தான். அவள் கணிப்பொறியில் ஏதோ செய்து கொண்டிருந்தாள்.

அறைக்குள் நுழைந்ததும் மணி அடித்தான். உதவியாளரே இன்னும் வரவில்லை. பியூன் வர அதற்குப் பின்னும் நேரமாகும். தானே எழுந்து போய் தண்ணீர் போத்தலை நிரப்பிக் கொண்டான். கவிதாவைப் போலவே சில விஞ்ஞானிகள் வந்து வேலையில் ஆழ்ந்திருந்தார்கள்.

முதல் நாள் தாக்கிய பச்சோந்திக்கு அதன் பெருமிதமும் சந்தோஷமும் அதிக நேரம் நீடிக்கவில்லை. அவர்கள் இருவரும் எந்த இணைக்காகச் சண்டையிட்டார்களோ அவள் சண்டை முடிவதற்குள்ளாகவே எங்கோ சென்று மறைந்து விட்டாள். இவனை ஒரேயடியாக இந்த மரம் புல்தரை எதிலுமே இல்லாமல் செய்து விட்டால், அவள் தன்னிடம் வரக்கூடும். விடிந்து வெகு நேரம் ஆன பின்பும் அவன் மரத்தில் எங்குமே தென்படவில்லை. வீட்டின் முன்பக்கம் நின்றிருந்த கார் நகரும்போதுதான் அதன் கூரையில் தென்பட்டான். ஒருவிதத்தில் அவன் இப்போதைக்கு இல்லாமற் போவான். திரும்ப வராமற் போனால் நன்றாக இருக்கும். பசித்தது. கிண்ணத்துக்குள் பந்து போல் உருளும் விழிகளை அங்கும் இங்கும் திருப்பிப் பார்த்தது. வெட்டுக்கிளி ஒன்று அதிக அருகில் தென்பட்டது. நாக்கால் எட்டும் தூரம் அளவு அதன் அருகில் சென்றதும் நாக்கை நீட்டி வெளியே விட்டது. சுதாரிக்கும்முன் வெட்டுக்கிளி அதன் பிசின் போன்ற எச்சிலில் மாட்டியது. இவன் அதைக் கொரித்தான். "போட்டி போட்டு வெல்ல வேண்டிய இணையும் போய்விட்டாள். அவனும் இல்லை. என்ன பொழுது இன்றைக்கு? பாவம் இல்ல நீ?" வினவியது காகம். "உன்னைப் பார்த்துதான் அவனுக்கு மனிதர்களுடன் பழகும் ஆர்வம் வந்து விட்டது. எனக்கு அவனைத் தேடி அவள் வருவாள் எனும் எண்ணம் உண்டு", என்றான் இவன்.

"ஏன் உன்னைத் தேடி வரமாட்டாளோ?"

"இதோ பார், இந்த சண்டை கொஞ்ச நாள் அவள் மனதை நெருடும். அவன் தென்படாமற் போய், அவளும் அதை மறக்கும் அன்று என்னைத் தேடி வருவாள்."

"அவன் பற்றி உனக்குத் தெரியவில்லை. அவனது மாயசக்தியால் என்றும் அவன் அவளை ஈர்ப்பான்" பதிலளித்தது காகம்.

அவனுக்கு பிறருக்குத் தன் கண்ணில் படாத நேரத்தில் என்ன நிகழ்ந்தது என்று தெரிந்து கொள்ளும் ஆற்றல் உண்டு. அவளின் குட்டி தொலைவில் ஒரு வனத்தில் இருப்பதை அவன் உறுதி

செய்து அவளைக் குட்டியிடம் அழைத்துப் போகிறேன் என்று சொல்லி இருக்கிறான்."

தனது கணிப்பொறியைத் திறந்தான். ஏற்கனவே மானியம் தர ஒப்புதல் தந்த ஒரு பட்டியலை மேலதிகார அலுவலகம் திருப்பி அனுப்பி அதில் எந்தெந்த திசைகளில் உள்ள ஆய்வுகளுக்கு முன்னுரிமை தரப்பட்டது, ஏன் எனும் விவரங்களை ஒரு விவர அறிக்கை போலத் தரச்சொல்லி இருந்தது. சில விஞ்ஞானிகள் தனியார் நிறுவனத்துக்கோ இல்லை வெளிநாட்டுக்கோ வாய்ப்புக் கிடைத்தால் ஓடி விடுகிறார்கள். ஆனால் அங்கே வேறு பிரச்சனை இருக்கலாம். தொழில்நுட்பம் விஞ் ஞானத்தைத் தூக்கிச் சாப்பிடும் எனும் அபத்தம் நிஜத்தில் கோலோச்சலாம் அங்கே. "கீச்கீச் கீச்கீச்" என பச்சோந்தி சிரித்தபடி, "உனக்கு இந்தக் குண்டுச் சட்டிக்குள் குதிரை ஓட்ட வேண்டும்," என்றது. அது இப்போது அவனது அறை மேல்கூறையில் உள்ள மரவேலைப்பாட்டு ஓட்டையில் இருந்து எட்டிப் பார்த்தது. மின்விசிறிக்கான கம்பி அந்த ஓட்டையில் இருந்து நீண்டிருந்தது. சற்று நேரம் இருந்த ஆசுவாசமும் போய் விட்டது. "உன் வேலை எழவைப் பாத்துக்கிட்டு ஒழிஞ்சு போ. பியூன் வந்தான்னா உன்னை இரும்பாலே அடிக்க வைப்பேன்." உரக்கக் கத்தியது தனி அறை என்பதால் அதிகம் வெளியே கேட்டிருக்காது. பச்சோந்தி திரும்பத் துளை வழியே போய் விட்டது.

உதவியாளர்களுக்கு சில மின்னஞ்சல்கள் அனுப்பினான். பதினோரு மணி சுமாருக்கு மேஜைக்கு தேனீர் வந்தது. மேலதிகாரி அறைக்குப் போய் வர எண்ணினான். பெரும்பாலும் அழைக்காமல் தான் வருவதை அவர் எதிர்பார்ப்பதில்லை. அல்லது விரும்புவதில்லை. இன்று அவர் ஏதேனும் தீர்வை விவாதிப்பார் என்றே நினைத்தான். அறைக்கதவு வரை வந்தவன், நினைவு கூர்ந்தவனாய் குறிப்பெடுக்கும் நோட்டுப் புத்தகத்தைக் கையில் எடுத்துக் கொண்டு, அவர் அறையை நெருங்கினான். பக்கத்து அறைதான்.

கதவருகே நெருங்கும்போது அவரது கீச்சுக் குரல் கேட்டது. “ஐ கெட் இட். யூ நெவர் ஆஸ்பயர்ட் ஃபார் ப்ரொமொஷன் பிகாஸ் தெர் இஸ் நத்திங் மேட்சிங் யுவர் விஷன் ஆஃப் சயின்ஸ்”.

மெல்லக் கதவைத் தட்டி நுழைந்தால், கவிதாவுக்கு தேனீர் தந்து உரையாடிக் கொண்டிருக்கிறார்.

“ஐ வில் கம் லேடர்,” என்று தன் அறைக்குத் திரும்பினான். அவரின் நிலைப்பாடு என்ன என்பதை அவர் கோப்புகளிலோ நேரிலோ அனேகமாக வெளிப்படுத்தவே மாட்டார். மானியக் கோரிக்கைக்கு வரும் ஆராய்ச்சி விண்ணப்பங்களை சீர்தூக்கும் வேலை முதலில் கவிதாவிடம் இல்லை. இவர்தான் அவள் வந்ததுமே அந்தப் பணியை அவளிடம் தள்ளி விட்டார். மேல் அலுவலகமும் கடந்த ஆண்டு முதன்முதலாய் அவள் பரிந்துரைகளை இவர்கள் மேலெடுத்து அனுப்பியபோது எந்த எதிர்வினையும் காட்டவில்லை. இந்த வருடமோ மென்மையான ஆனால் திட்டவட்டமான அழுத்தம் சுற்றி வளைக்கிறது.

மதிய உணவுக்கு அப்புறம் அறைக்கு வெளியே சிகப்பு விளக்கு எரிய விட்டு, அவன் சற்றே கண்ணயர்ந்தான். அவன் மனதுக்குள் எதோ நெருடியதே ஒழிய சாதாரணமான ஒரு நாளாகவே அது கடந்து கொண்டிருந்தது. நான்கு மணி போல இன்றைய பொழுது முடிந்தது என்று கூடத் தோன்றியது. நான்கரை மணிக்கு அவளது பார்வையில் பட்டவற்றையும், தனது பரிந்துரைகளையும் அவள் தெள்ளத் தெளிவாக தட்டச்சு செய்து அனுப்பி விட்டாள்.

கீழ்க்கண்ட தலைப்புகள் ‘வாட்ஸ் அப்’ உட்பட்ட சமூக ஊடகங்களில் அளப்பவர்கள் மெனக்கெடும் அளவு கூட முயற்சி எடுக்காமல், விஞ்ஞானத்துறையின் தராதரங்களைக் கேலிக்குள்ளாக்கும் விதமாக அனுப்பப்பட்டிருக்கின்றன:

1. கோமியமே சர்வரோக நிவாரணி

2. அரசமரத்தின் காற்றில் பெண்ணின் கருமுட்டைகளை வலுவாக்கும் உயிர்கூறுகள் இருக்கின்றன

3. பிரணவ மந்திரமே அண்டவெளியில் நிசப்த வடிவில் நிறைந்திருக்கிறது.

4. காயத்திரி மந்திரம் மூளையின் ஆற்றலை அபாரமாக்குகிறது.

5. சைவ உணவு உண்போரின் ஆயுளை நீட்டிக்கிறது.

6. பசுஞ்சாணம் கிருமிநாசினியாக இல்லாத இடமெல்லாம் நோய்கள்.

தனது படிப்பு விஞ்ஞானத்தில் இளங்கலை அல்லது முதுகலை என விண்ணப்பத்தில் குறிப்பிட்டிருக்கும் விண்ணப்பதாரர்கள் அடிப்படையே இல்லாத நுனிகளை எடுத்துக் கயிறு திரிக்க முயல்வது அரசு நிறுவனத்தின் தணிக்கையை அப்பட்டமாய்க் கேலிக்குள்ளாக்கும் முயற்சி. எனவே இதே போல் வந்திருக்கும் பதினேழு கோரிக்கைகள் தனிக்கட்டாகப் பட்டியலிடப்பட்டு பார்வைக்காக இணைக்கப் பட்டுள்ளன.

உலகின் மற்றும் இந்தியாவின் விஞ்ஞானிகள் முன்னுரிமையாய் எடுத்திருக்கும் நூற்றுக்கணக்கான ஆராய்ச்சித் தடங்களை ஒட்டியவையாய் ஏழு கோரிக்கைகள் மரபுசாரா எரிசக்தி, மற்றும் செயற்கை அறிவு எனப்படும் தானியங்கி செயலிகள் பற்றியவை. அவை அனைத்துமே மானியத்துக்கான தகுதி உள்ளவை. தேவையான அடிப்படை ஆராய்ச்சி முன்னெடுப்புக்களை சீராகப் பட்டியலிட்டிருப்பவை. அவை மட்டுமே இந்தக் கோப்பில் பரிசீலனைக்காக வைக்கப் பட்டிருக்கின்றன.

குளிர்சாதனத்தை மீறி அவனுக்கு வியர்த்துக் கொட்டியது. இப்போது எப்படி எந்த இக்கட்டைச் சமாளிப்பது? கோப்பை மூடி வைத்து அதையே வெறித்தபடி அமர்ந்திருந்தான். காரியதரிசி எட்டிப் பார்த்து கிளம்புகிறேன் என்றார். இன்று அலுவல் நேரம் முடிந்து விட்டது. பெரிய மண்டைக் குடைச்சல் துவங்கி விட்டது. காரின் கதவை வேறு ஒரு டிரைவர் திறந்தான். “அண்ணன் கோயிலுக்குப் போவணும்னு போயிட்டாரு சார். நான் உங்களை வீட்டுக்கு ஓட்டிப் போறேன்,” என்றான்.

அவன் கார் நின்ற மறுகணம் அது தாவிக் குதித்துப் புல்தரையின் பசுமை நிறத்துக்கு மாறி முன்வாயில் இரும்புக் கிராதிக்கதவு அருகே சென்று அதன் மீது ஏறியது.

உருண்டை வடிவ விளக்குக்குக் கீழே ஒண்டிக் கொண்டிருந்தாள் அவள். "நான் வர மாட்டேன் என நினைத்தாயா?" அவள் பதில் ஏதும் கூறவில்லை.

"எனக்கு அவனிடம் பேச சிலவிஷயங்கள் இருந்தன," என்றான் இவன்.

"கிளிகள் போலும் காகங்கள் போலும் நம்மால் மனிதர்களுடன் ஒட்டி உறவாட முடியாது. தேவையுமில்லை," என்றாள் அவள்.

"நாம் பழக வேண்டிய தேவை என்று பொதுவாக இல்லை. ஆனால் எனக்குத் தெரிந்தவற்றை வைத்து அவனுடன் உரையாடவே விரும்பினேன்."

"அவனுக்குத் தெரியாதவற்றை நீ எடுத்துக் கூறினாயா?" வினவினாள் அவள்.

"அவனிடம் கேட்டுத் தெரிந்து கொண்டு செயற்படும் ஆவலில்லை. நானாக அப்படிப்பட்ட ஆளுக்கு எதையும் சொல்ல முடியாது."

"அப்படி என்றால் எதற்காகத்தான் அவனைத் தேடிப் போனாய்?"

"உன் எதிரே அவன் என்னை வீழ்த்தினானே, அப்போது எனக்கு தற்செயலாக அதே மன நிலையில் இருக்கும் இவன் தென்பட்டான். அவனுடன் உரையாட எண்ணினேன்."

வீட்டுக்குள் நுழைந்தவன் ஏதோ நினைவு வந்தவனாய், வாயிற்கதவைத் திறந்து வெளியே வந்து நோட்டம் விட்டான். முன்பக்கத் தோட்டத்தில் அந்த பச்சோந்தி தென்படுகிறதா என்று பார்த்தான். பட்டால், கொன்று போட்டால், இந்தப் பதட்டத்துக்கு வடிகாலாயிருக்கும்.

மனைவி எட்டிப் பார்த்தாள். "என்ன யோசனையா இருக்கீங்க?"

பதிலேதும் சொல்லாமல் தன் அறைக்குச் சென்றான்.

கையில் தேனீருடன் வந்தவள், "வீடு வாங்குற விஷயமா உங்கம்மா கிட்ட என்ன பேசினீங்க?"

"இன்னும் பேசலை"

"பொய் சொல்லாதீங்க"

"சரி பேசினேன். தன்னால முடிஞ்சதத் தரேன்னிருக்காங்க"

"இல்ல. அவங்க அப்டிச் சொல்லல."

அவன் பதில் பேசவில்லை. உண்மையில் அம்மா அன்றைக்கு வழக்கமான கனிவைக் காட்டவில்லை. முதன்முறையாக அப்பாவின் மருத்துவச் செலவுக்கு அவன் எந்தப் பங்கும் தரவில்லை என்பதை நினைவும் கூர்ந்தார்.

"அம்மாகிட்டே அசடு வழிஞ்சிட்டு வந்திருக்கீங்க." அவன் மீண்டும் மௌனமே காத்தான்.

"கல்லூளிமங்கன் மாதிரி உட்காந்திருக்கீங்களே. உங்கம்மா எங்கப்பாவுக்கு போன் போட்டு என்ன உதவி உங்க மகளுக்குச் செய்யப் போறீங்கனு நேரடியாவே கேட்டிருக்காங்க."

"அதனாலென்ன," சற்றே சுதாரிக்க முயன்றான்.

"என்ன எதோ புதிசாப் பேசறீங்க. அப்பா அஞ்சு லெட்சம் தர முடிவு செஞ்சதுக்கே என் அண்ணி மாஞ்சு மாஞ்சு பொறுமிட்ருக்கா. நமக்கு இன்னும் பத்து லட்சம் வேணும். ஒரு அஞ்சை உங்க அம்மா ஏன் தரக்கூடாது? பென்சன் ரிவிஷன் அரியர்ஸ் உங்கப்பா சாவறத்துக்கு முந்தி வந்தது. ஆஸ்பிடல் செலவ உங்க அண்ணன் பாத்துக்கிறாருங்கறாங்களே அவரு என்ன சும்மாவா செய்யறாரு? மாசா மாசம் பென்சன் அவரு கிட்டேதானே போவுது."

இவள் எதை ஆரம்பித்தாலும் அன்று அலுவலகத்தின் நிலைமை என்ன எந்தப் பிரச்சனையில்தான் இருக்கிறேன் என்றெல்லாம் கவலைப் படுகிறவளே இல்லை.

“லுக் மாலு, அம்மா உங்கப்பா கிட்டே பேசறது நான் சொல்லி இல்ல. அவங்க இல்லனு சொல்லவும் இல்ல. நா மறுபடி போய்ப்பேசிப் பாக்கறேன்”

“தேவயே இல்லங்க. உங்களுக்கு ஒண்ணு மறந்து போச்சு. மறைமலை நகரிலே ஒரு கிரவுண்டு இருக்கே அது உங்கப்பாவோட அப்பா சம்பாதிச்சு வாங்கினது. அதனால அதிலே உங்களுக்கு பரம்பரைச் சொத்துங்கிற உரிமை உண்டு. அதப் பிரிச்சுக் கொடுனு வக்கீல் நோட்டீஸ் விடுவேனு நா உங்கம்மா கிட்டே பேசப் போறேன்”

“மாலு அப்டி எதுவும் செஞ்சிடாத. நா அவங்க கிட்டே பேசறேன்”

“பேசறேன் இல்ல. பேசறோம். நானும் உங்க கூட அங்க வருவேன். பேச்சு பிடி கொடுக்காமேயோ அல்லது அவங்க நழுவற மாதிரியோ இருந்தா நா சும்மா விட மாட்டேன்.”

மேற்கொண்டு அவளிடம் என்ன பேசுவது? “எல்லா அதிகாரமும் எங்கிட்டேதான். அம்மா வீட்டுக்குப் போனா அப்டியே சப்த நாடியும் ஒடுங்கிடுது மனுஷனுக்கு.”

முனகியபடியே அவள் காலித் தேநீர் கோப்பைகளை எடுத்துச் சென்றாள்.

அவன் பால்கனியில் சென்று நின்று கொண்டான். உண்மையில் அம்மா பென்சன் பணத்தைக் கொடுத்தால் கூட, அண்ணியைப்போல இவள் பார்த்துக் கொள்வது சாத்தியமே இல்லை. அம்மா இங்கே வருவதையே பல வருடங்களாக நிறுத்தி விட்டார். அப்பா அவன் அரசு வேலைக்குப் போக பயிற்சி வகுப்புக்குப் பணம் கட்டியபோது, அம்மா அண்ணன் இருவருமே வியந்தார்கள். ஏனெனில் அவர் இவன் அண்ணனை, “நீயே உன் வழியைப் பாத்து மேலே வரணும்,” என்றே வளர்த்திருந்தார்.

அவனும் தனியார் துறையில் மாடாக உழைத்து வருகிறான். மனம் மறுபடி அலுவலகப் பிரச்சனைக்குத் தாவியது. என்ன ஆகப் போகிறதோ? பதட்டமும் பரிதவிப்பும் அதிகரித்த வண்ணமே இருந்தன.

ஏழு மணி சுமாருக்கு மேலதிகாரி கைபேசியில் அழைத்தார் "என்னப்பா, கவிதா ஃபைலை உங்க டேபிளுக்கு அனுப்பிட்டாங்க போலே?" என்ன பதில் சொல்வது.

"இன்னும் பாக்கலே சார்."

"பாக்கவே வேணாம். ப்ளீஸ் டிஸ்கஸ் போட்டு அனுப்பிடுங்க."

"இல்லே சார், கவிதா கிட்டே."

"தேர் ஈஸ் சம் குட் நியூஸ் மேன், ஷி ஈஸ் கோயிங் ஆன் லீவ் ஃபார் டூ வீக்ஸ்."

"பெரிய வேலை ஆச்சே சார், வேறே யாரு பார்ப்பாங்க."

"ராமசாமிக்கு ஃபைலை மார்க் பண்ணுங்க. தட்ஸ் ஆல்."

"ஷ்யூர் சார்."

"காலைல உங்க முகத்தப் பாத்தேன். ரொம்ப அப்செட்டா இருந்தீங்க. கவர்மெண்ட் செட் அப்ல எதாவது ஒரு வயா மீடியா சிக்கும் சாமி. நவ் ரிலாக்ஸ்."

அப்பாடா, பெரிய அளவு ஆறுதல்தான் இது. உற்சாகத்துடன் கீழே போய் மனைவியுடன் பேச நினைத்தான். இப்போ வா பாக்கலாம் என நிமிர்ந்து மோட்டுவளையில், சாளர சட்டத்தின் மீது, என நோட்டம் விட்டான். பச்சோந்தியைக் காணவே இல்லை.

–

½

“ஞஞ்ஞள்க்கு விசக்குந்நு. பட்சணம் இடுக அம்மே,” குரல் கேட்டபோது, நான் முற்றத்துள் பந்தை எத்தி விளையாடிக் கொண்டிருந்தேன். முன் கட்டில் உக்கிராண அறை, அதன் எதிரே பெரிய பூஜை அறை. அதைத் தாண்டி இருபக்கப் பெரிய திண்ணைகளுக்கு இடைப்பட்டு, நிறைய படிகள். அவற்றில் நின்றபடி பார்த்தேன். தெருவின் மையத்தில் பத்துப் பதினைந்து ஆண்கள் இடுப்பைச்சுற்றி ஒரு லுங்கியை சுருட்டிக் கட்டி இருந்தார்கள். பெண்கள் முதுகில் குழந்தையைத் துணியால் கட்டி இருந்தார்கள். சில குழந்தைகள் கோவணத்துடன் அவர்களுடன் தரையில் குந்தி இருந்தன. பெண்கள் சிலர் பால் கொடுத்தபடி அமர்ந்திருந்தார்கள். ஒரு துண்டை வைத்து பெண்கள் மார்பை மறைத்திருந்தார்கள்.

“நையாட்டிக்களி சேஷம் ஞஞ்ஞள் வந்நு” கழுத்தைச் சுற்றி பெரிய தாம்புக்கயிறைப் பூணூல் போலப் போட்டிருந்த வயதான ஓர் ஆள் குரல் கொடுத்தார்.

“ஐயோ... நாயாடி...” அம்மாவின் குரல்.

சில நொடிகளிலேயே என் முதுகில் மொத்தென அடி விழுந்தது. “நாயாடி முகத்துல விழிக்கக் கூடாதுடா... உள்ளே வா,” என் கையைப் பிடித்து இழுத்துப் போனாள்.

மறுபடி முற்றத்தில் விளையாடிக் கொண்டிருந்தேன். அம்மா ஓமனாவிடம் எதோ சொல்ல அவள் கையில் பெரிய பாத்திரத்துடன் பின் கட்டுக்குப் போய் குளத்தையும் தாண்டிப் போய் பின் கதவைத் திறப்பதைப் பார்த்தேன். நிறைய சோற்றுப் பருக்கை இருக்கும் மெல்லிய சாக்குத் துணியில் ஒரு குட்டி நாயின் முன்கால்கள் இரண்டும் மாட்டி அது 'உக்..உக்..' எனக் குலைத்து அரற்றிக் கொண்டிருந்தது. பளீர் வெள்ளை நிறம். எனக்கு அதை மிகவும் பிடித்துப் போனது. நல்ல வேளை அம்மா என்னைப் பின் தொடரவில்லை. நான் ஓமனாவுக்கு அருகே போய் அவளோடு ஒட்டிக் கொண்டேன். "தம்புராட்டி காணண்டாம் கேட்டோ. அகத்து செல்லுக," என்றவள் நான் அசையாமல் நின்றதால், தான் வந்த வேலையில் ஆழ்ந்தாள். நிறைய அலுமனியப் பாத்திரங்களில் நாயாடிகள் அவள் போட்ட சோற்றை, குழம்பை வாங்கிக் கொண்டார்கள். பிறகு அவள் நாய்க்குட்டியைத் துணியுடன் தூக்கிக் காட்டினாள்.

"நாய்ட மாம்சம் ஞுஞ்ஞுள் கழிக்கில்லா" என்றாள் ஒரு பெண்.

"பிராந்தே, நாயேயாடு காலுகள் காணுகா."

"ஓ," என்ற அந்தப் பெண் நாயை அதன் கழுத்தை பிடித்துத் தூக்கினாள். அதன் 'வக்... வக்...' என்னும் குலைப்பு அதிகமானது. நாசூக்காக அதன் நகங்கள் பெயர்ந்து விடாமல் அந்தப் பெண் சாக்குத் துணியை அதன் பாதங்களில் இருந்து நீக்கினாள். அம்மா ஓமனாவை அந்தக் குட்டி நாயை எடுத்துப் போகப் பணித்தாள். நான் அழுது அடம் பிடித்தும் அம்மா இளகவே இல்லை. அப்பா குறுக்கிட்டு அது பின்கட்டு தாண்டி உள்ளே வராமல் ஓமனாதான் பார்த்துக் கொள்ள வேண்டும் என்றார்.

நான் வளரும்போது முதலில் எனக்கும் பிறகு பிறந்த என் தங்கை மோகனாவுக்கும் அது பிரியமான தோழனாகி விட்டது. சில சமயம் அது எங்களோடு குளத்தில் நீச்சலும் அடிக்கும் என்பது ஓமனாவுக்கு மட்டுமே தெரிந்த ரகசியம். நான் உயர்நிலைப்பள்ளிக்குப் போகும்போது அது அனேகமாக சோர்வாகவே இருந்தது. பத்தாவது படிக்கும்போது உயிரை

விட்டது. அம்மா கூட கதறி அழுதாள். ஆனால் வேறு நாய் வளர்க்க ஒப்பவே இல்லை.

இந்தப் படகில் மூக்கு மட்டும் கருப்பாய், உடலெல்லாம் வெளிர் அரக்கு நிறத்தில் இருக்கும் குட்டிக் கொம்பை நாயை, இந்த இளசுகள், தேன் நிலவிலும் ஏன் கூட்டி வந்திருக்கிறார்கள் என்று புரியவில்லை. ஜெட்டியில் “நீங்கள் தனியாக வந்திருக்கிறீர்களா? நாலு பேர் டிக்கெட் எடுத்து ஒரு தனி போட் எடுப்போம். நீங்கள் கால் பங்கு தந்தால் போதும்,” என சிவப்பான அவ்விளைஞன் பணிவான மேல்தட்டு உச்சரிப்பு ஆங்கிலத்தில் வினவினான். அவளோ இந்த கொம்பையைக் கையில் தூக்கிக் கொஞ்சிக் கொண்டிருந்தாள். கையில்லா டீ ஷர்ட் அணிந்திருந்தாள். அவன் ஷார்ட்ஸும் காலர் இல்லா டீஷர்ட்டும் அணிந்திருந்தான். டிக்கெட் விவகாரத்தில் மட்டுமல்ல, அவர்களைப் புகைப்படம் எடுக்கவும் நான் மிகவும் உதவியாயிருந்தேன்.

படகு நகர்ந்து பத்துப் பதினைந்து புகைப்படம் எடுத்த பின் அவற்றை தரவேற்றம் செய்வதில் அவர்கள் மும்முரமான பின்தான் என்னால் சுற்றுப்புறக் காட்சிகளில் ஆழ்ந்து ரசிக்க இயன்றது. தென்னந்தோப்புகள், அரிதாய் சில வயல்கள், ரப்பர் தோட்டங்கள், வாழைத் தோப்புகள், மிளகு மரங்கள், சாலையில் விரையும் வாகனங்கள். நிறைய சர்ச்சுகள் தென்பட்டன.

கோட்டயம் செயிண்ட் மேரிஸ் சர்ச்சில் வைத்துதான் 25 வருடங்கள் கழித்து மோனிகாவைப் பார்த்தேன். ஒரு காலத்தில் என் நிகழ்ச்சிகளை ஒருங்கிணைக்கும் மேனேஜராக என்னிடம் இருந்த ராபர்ட்டின் திருமணம். நான் வெகு நேரம் நீண்ட சடங்குகளில் இருந்து, ஒரு கட்டத்தில் வெளியேறி படிகளெல்லாம் இறங்கி, கார் நிறுத்தம் தாண்டி தெருவுக்குப் போய் ஒரு சிகரெட் இழுத்து விட்டுத் திரும்பினேன்.

பெண்கள் வரிசையில் இருந்து என்னை மோனிகா நோட்டம் விட்டிருக்க வேண்டும். கடைசிப் படியில் அமர்ந்து காத்திருந்தாள். ‘ஹாய்...’ அருகில் அமர்ந்தேன். சிகரெட் துர்நாற்றம் பற்றி நிறையவே திட்டி இருந்தவள் இப்போது வேறு ஏதோ பேசினாள்.

“ஜாக்கிரதையா செரிமொனி ஸ்டார்ட் ஆனப்பறம் வந்திட்டே. இல்லன்னா உன்னையே நிறைய பேர் சுத்திட்டிருப்பாங்க. நான் நெட்ப்ளிக்ஸ்தான் அதிகம் பாப்பேன். ஆனா டிவி பாக்கறவங்க ‘பிக் ஹவுஸ்’ல நீ வின்னர் ஆவேனு கெஸ் பண்ணினது, அப்புறம் ஜெயிச்சதைக் கொண்டாடினது எல்லாமே எனக்குத் தெரியும்.”

நான் பதில் எதுவும் பேசவில்லை. உணவின்போது அவள் எச்சரித்தது உண்மையானது. ஸ்பூனில் நான் சாப்பிடவில்லை என்பதால் நிறைய கைகுலுக்கல்களில் இருந்து தப்பித்தேன். பஃபேயிலிருந்து என் பங்கைத் தட்டில் போட்டுக் கொள்ளக் கூட விடவில்லை. வந்து பேச்சுக் கொடுத்துக் கொண்டே இருந்தார்கள். மோனிகா நான் எதிர்பாராத அளவு அருகில் வந்து, என் காதில் “கார் நம்பர் 3250 ஹ்யுண்டாய் எக்ஸெண்ட். வந்து டக்குனு ஏறிடு...”

சமயசஞ்சீவி என்றுதான் கூற வேண்டும். நல்லவேளை. காரில் போகும்போது என் கார் என்ன ஆனது என்று அவள் கேட்கவில்லை. அதைத் தவிர எல்லா விவரங்களும் வாரப் பத்திரிக்கைகளில் வந்து விட்டன. என்னை கோட்டயம் ஸ்டேஷனில் இறக்கி விடும்போது, “என் ஹஸ்பண்ட் அல்ரெடி வெல் டு டூ. நிறைய மேரேஜ்ல அவர்தான் வீடியோ எடுக்கறாரு. அவருக்கு டிவி, ஃபிலிம்னு வர ஆர்வம் இருக்கு. உன்னாலே எதாவது கைடன்ஸ் தர முடியுமா?” என்றாள்.

சரி என்றேன். பிறகு அவளும் அவரும் வாட்ஸ்அப்பில் என்னைத் தொடர்ந்தார்கள். அதன் பின் நான் ஒரு கவிதை எழுதினேன்.

பெண்ணின் உலகம்
பெண்ணால் உலகம்
என்பது மிகையாய் இல்லையா
பெண்ணிடம் இருந்து விடை
கிடைக்காத எண்ணற்ற
கேள்விகளுள் சேர்த்துக் கொள்ளலாம்
இதையும்

அவள் கூறாமலேயே நான்
அறிவேன்

தன் முன்னுள்ள உலகில்
இருந்தும் தன் வசப்பட்ட
உலகை அவளால்
விண்டு காண இயலும்

என்னைத் தாண்டி விரியும்
உன் உலகுள் நாம்
சந்திக்கும் சின்னஞ்சிறிய
காதல் புள்ளியை
மட்டும் வைத்து நான்
எவ்வளவு தூரம் முன்னகர
இயலும்?

என் ஆண் கர்வம்
நூற்றில் ஒரு விழுக்காடு
மட்டுமே நான்
உன் உலகில்
என்றறிந்ததுமே
அந்த உலகைப்
புறந்தள்ளியது

பரஸ்பரம் நிராகரித்தும்
காதல் புள்ளியில்
ஒன்றுபட்டும்
நாம் விளையாடுவது
ஓளித்து வைத்த ஒன்றைத்
தேடுவது
பாசாங்காய் அதில் நான்
ஆடும் வரை
களித்திருந்தோம்

நீ என்னையும்
நான் உன்னையும்
நிறைவு செய்வோம்
என்றெல்லாம் எளிமைப் படுத்தினால்
பூரணம் என்பது
அத்தனை மலிந்ததா?
நிறைவு தனிநபர்
இலக்கில்லையா?

ஒருவரை ஒருவர்
நிறைவு செய்யும் பிரமை
காதல் எனும் பிரமையைக்
காட்டிலும்
அட்டகாச ஏற்புப் பெற்றது

ஓர் ஓட்டுண்ணி
இன்னொன்றை நிறைவைத்
தவிர நிறையவே செய்யும்

படிக்கற்கள் யார்
அடிக்கற்கள் யார் என்பதெல்லாம்
வாழ்க்கைச் சூதாட்டத்தில்
வரிசை மாறும்

அணைத்து முயங்கி
கொழுந்து விட்டெரியும்
நொடிகள் இப்போது
அன்னியமாய் ஆனதேன்?
கனன்றெரியும் தீயில்
புதிது பழையது இரண்டு
உண்டா?
ஒருவேளை உனக்குள்ளும்
அந்நொடிகள்
உதிர்ந்த சாம்பற் துகள்காய்
ஓரமாகி இருக்குமோ?

நம் இடைவெளிகள்
இருபத்தைந்து வருடத்துக்குப் பின்
புதிதாய் முளைக்கவில்லை

பதின்களில் நாம்
இறங்கிய
சறுக்கு மரத்தில்
மீண்டும் ஏறிப் பார்த்தோம்
அவ்வளவே

பெண்ணின் தனித்துவம்
அழுத்தமானது

ஆண் கர்வம்
தனித்துக் கொள்வது

அதை நான் அவளுக்கு வாட்ஸ் அப்பில் அனுப்பினேன். அவள் வருந்துகிறேன் என்று ஒரே வார்த்தை பதில் அளித்திருந்தாள். எதற்காக வருந்துகிறாள் என்பது அவளுக்கு மட்டுமே வெளிச்சம். காதல் படகுதான். படகோட்டி என் பிரமை. இல்லை அவள் பிரமை? முதற்காதலை முதிர்ச்சி அற்றது என்று நிராகரிப்பதே சௌகரியமானது.

“மாங்கொம்பு பகவதி அம்மன் கோயில் ரொம்பப் புகழானது. ஒரு மணி நேரத்தில் பாத்துட்டு வாங்க,” என்றார் படகோட்டி. படித்துறையை ஒட்டி சுவரில் இருந்த ஒரு வலுவான இரும்புக் கொக்கியில் படகின் முனையில் இருந்த சங்கிலியை மாட்டினார். முதலில் அவன் எழுந்து நின்று படித்துறை மீது கால் வைத்து இறங்கும்போது படகு நிறையவே ஆடியது. அதன் பின் அவள் கையில் இருந்து அவன் கொம்பை நாயை வாங்கிக் கொண்டான். படகில் நாங்கள் பயணம் துவங்கிய போதே என்னை நக்கிப் பார்த்து வாலாட்டி அது நட்பாகி இருந்தது. பின்னர் அவள் இறங்கினாள். கடைசியில் நான்.

“கோயிலுக்கு ஒண்ணாவே போலாமே?” என்றான்.

“இல்லை, நான் கோயிலுக்கு வரவில்லை” என்றேன்.

“ஊருக்குள் போகிறீர்களா?”

“இல்லை”. ஒருவரை ஒருவர் பார்த்துக் கொண்டார்கள். “இங்கேயேவா இருக்கப் போறீங்க?”

“ஆமாம்.” சற்றே அவன் தயங்குவதைப் பார்த்து அவள், “அங்கிள். கொஞ்சம் இவனைப் பாத்துக்க முடியுமா? நாங்க போயிட்டு வந்துடுவோம். இஃப் யூ டோண்ட் மைண்ட்” என்றாள்.

“நோ ஒரீஸ். போயிட்டு வாங்க” என்றேன். அது என் கைக்கு வந்து என் முகத்தை நக்கித் தோழமை காட்டியது.

கரையில் இருந்த டீக்கடையை நோக்கி நடந்தேன். நாயும் என் பின்னே வந்தது. சில பிஸ்கட்டுகளை அதற்கு அளித்தேன். ஒரு தேனீர் குடித்தேன். என் பெரிய தொப்பியையும் தாண்டி என் முகம் தென்பட்டது தேனீர் மாஸ்டருக்கு.

“நிங்கள்...” என்று அவர் துவங்கும் முன்னே உதட்டின் மீது விரலை வைத்து ‘ப்ளீஸ்’ என்றேன். சரி எனத் தலை ஆட்டினார்.

படித்துறையின் கடைசிப் படியில் அமர்ந்து நான் தண்ணீரில் காலை வைத்துக் கொண்டிருந்தேன். நாய் படிகளின் மீது ஏறியது இறங்கியது. இங்கே முகர்ந்து பார்த்தது. அங்கே முகர்ந்து பார்த்தது. ஆனால் சாலைப் பக்கம் போகவே இல்லை. என் கண்பார்வையைத் தாண்டவே இல்லை. ஓரிரு முறை என்னை முகர்ந்து பார்த்து நக்கி விட்டு இங்கும் அங்கும் அலைந்தது. தண்ணீரில் சூரிய ஒளி பிரதிபலிப்பது எப்போது பார்த்தாலும் ஆனந்தம்தான். தும்பிகள் அலைவது, மீன் கொத்திகள் இறங்கி, கொத்தி, ஏறும் லாகவம், நதியின் அமைதி நம்முள் நிகழ்த்தும் சமனும் சாந்தமும். இந்தப் பயணத்தை முடிவு செய்தது சரியே. சற்றே லேசாவதாகத் தோன்றிற்று.

திடீரென நாய் குரைத்தது. முகத்தைப் பின்னுக்கு இழுத்துக் கொண்டு, சற்றே அச்சப் பட்டதாய், ஆனால் தொடர்ந்து குலைத்தது. கருகருவெனத் தலைமுடி, அவள் மார்புக்காம்புகள் மற்றும் மார்புகளின் பெரும்பகுதியை அந்தக் கூந்தல் மறைத்திருந்தது. அவள் படித்துறையின் அருகே முன்னும் பின்னுமாக நீந்தும்போதுதான் அவள் இடுப்புக்குக் கீழே பெரிய மீனின் வால் இருந்தது தெரிந்தது. கடற்கன்னி. நான் கவனிப்பதை உணர்ந்தவளோ என்னவோ படித்துறைக்கு அருகே வந்து அதன் பக்கச் சுவரில் இருக்கும் படகு மாட்டும் கொக்கிகளுள் ஒன்றைப் பற்றிக் கொண்டு நின்றாள்.

“இந்த நாயைக் கொஞ்சம் என் கிட்டே காட்ட முடியுமா?” என்றாள் மலையாளத்தில். எனக்கு என்ன பதில் சொல்வது என்று தெரியவில்லை. அது இன்னும் குலைத்துக் கொண்டுதான் இருந்தது. அதன் கழுத்தில் கையைப் போட்டு அணைத்தேன்.

குலைப்பதை நிறுத்தி வாலை ஆட்டியது. பின்னர் மெல்ல அதைத் தூக்கினேன். அவளுக்கும் எனக்கும் இரண்டடி இடைவெளி இருந்தது. நதிக்கு உள்ளேயும் நான்கு ஐந்து படிகள் உண்டு. ஓரிரு படிகள் இறங்கி அவள் கை எட்டும் தூரத்தை அடைந்தேன். என் கால்சராய் நனைந்தது. அவள் கைகளுக்குள் அவனை வைத்தேன். கால்களை உதைத்தான். குட்டி நாய் என்பதால் அவனால் என் கைகளை மீறவும் இயலவில்லை. அவள் அவனை அள்ளி அணைத்தாள். அவன் தலை மத்தியில் முத்தமிட்டாள். குரைப்பதை நிறுத்தி வாலாட்டியவன் மெதுவாக அவளை நக்கிப் பார்த்தான். அவனைத் திரும்ப என்னிடம் தந்தவள் நீரில் கைகளால் அளைந்து சிறிய மீன்கள் இரண்டைப் பிடித்துப் படிகளின் மீது போட்டாள். நாய் அதை விரும்பித் தாவிச் சென்று கவ்வி அசை போட்டு உண்டது. “நன்றி” என்றாள்.

“கடற்கன்னி என்று படித்திருக்கிறேன். இன்றுதான் பார்க்கிறேன். சந்தோஷம்,” என்று சொல்லி வைத்தேன்.

“நாங்கள் கன்னிதான் எப்போதும் என்று தப்பாகப் படித்திருக்கிறீர்கள். நான் எப்படிப் பிறந்தேன். யோசியுங்கள்.”

“தவறுதான். மெர்மெய்ட் என்று இனி யோசிக்க வேண்டும்.”

“உங்கள் யோசிப்பால் பயனில்லை. உங்கள் புத்தகங்களைத் தாண்டி நீங்கள் என்ன யோசித்து விட முடியும்?”

எனக்கு என்ன பதில் சொல்வது என்று தெரியவில்லை. நான் சந்தித்தவர்கள் ஸ்க்ரிப்ட் எழுதுபவர்கள். வாரப் பத்திரிக்கை தாண்டி வாசிக்காதவர்கள். அவர்களை விட புத்தகம் படித்தவர்கள் புத்திசாலிகள் என்பார்கள். அவர்களையும் விட புத்தகம் எழுதுபவர்கள் மகாபுத்திசாலிகளாம். இவள் என்னவென்றால் புத்தகங்களே ஒன்றுமில்லை என்கிறாள்.

“நான் கவிதைகள் எழுதுகிறவன். எல்லா விதமான புரிதல்களும் புத்தகங்களில் இருந்து துவங்கும்” என்றேன். கலகலவெனச் சிரித்தாள். உங்களைப் போல் சிலர் சொல்லிதான் புத்தகங்கள் பற்றி நானும் தெரிந்து கொண்டேன். ஒரு குழந்தை என்னிடம் ஒரு புத்தகத்தைக் காட்டினாள். அதில் வரும் விலங்குகள்,

மனிதர்கள் எல்லோருமே சந்தோஷமாக இருந்தார்கள். அல்லது எளிய சவால்களை எதிர் கொண்டார்கள்"

"நானுமே துவங்குபுள்ளி என்றுதான் கூறினேன்."

"பட்டி... போடி," என்று ஒரு குரல் கேட்டது. அதைத் தொடர்ந்து ஆவென்று அவள் வலியில் துடிக்கும் சத்தம். ஒரு படகுக்காரன் அவளை இடித்துவிட்டுப் படித்துறை அருகே படகை ஓரங்கட்டினான். அவன் கயிற்றைக் கொக்கியில் மாட்டிப் படகை நிலைப்படுத்தும் வரை அதில் இருந்த நால்வர், நடுவயது ஆண், பெண் மற்றும் பதின்களில் உள்ள சிறுவன் மற்றும் ஐந்து வயது சிறுமி. கடற்பெண் (கடற்கன்னி இல்லை தானே) எங்கே போனாள்? என் படகோட்டி போலவே அவரும் அந்தக் குடும்பத்தைக் கோயிலுக்குப் போய் வரும்படி கூறினார்.

தனித்து இருப்பது, தனிமையில் இல்லாமல் தனித்து இருப்பது கடற்பெண்ணுக்கும் லபித்திருக்கிறது போலும். அவள் வலியில் வீரிட்ட குரல் என்னை ஏதோ செய்து கொண்டே இருந்தது. காலில் எப்போதாவது எதாவது விழுந்து வலியில் துடிதுடித்தால் தனிமையின் முள் முனை இன்னும் துல்லியமாகத் தெரியத்தான் செய்யும். என் அலுவலகம் இடமாற்றம் சொன்னால் உடனே ஒப்பி விடுவேன். எந்த வலியையும் பகிர முடியாத குடும்பத்தை விடவும் முற்றிலுமே தனியாக இருப்பது குறைவான அளவே குத்துகிறது.

"என்ன ரொம்ப யோஜனையா இருக்கீங்க?" கடற்பெண் தான். அவளை மீண்டும் பார்த்தது. சற்றே மனத்துக்கு ஆறுதல் அளித்தது. இரண்டு படகுகளுக்கு இடைப்பட்ட. சிறு நீர்ப்பரப்பில் அவள் இருந்தாள். மூன்றாவது படகு வந்து முட்ட வாய்ப்பில்லை. ஏனெனில் அந்த இடம் குறுகியே இருந்தது. "பாதுகாப்புக்குப்புக்கும் குறுகலான வழிக்கும் நிறைய சம்பந்தம் இருக்கில்லே?" என்றாள். நான் யோசித்ததை அவள் எப்படி உணர்ந்தாள்? ஒருவேளை புத்தகமே இல்லாமல் துவங்கும் புரிதலில் அது சாத்தியமாகிறதா?

"அந்தப் படகோட்டி கொஞ்சம் கூட இரக்கமில்லாதவன்" நான் ஆத்திரமாகக் கூறினேன்.

“அப்டி இல்ல. வளர்ப்புப் பிராணியா இருக்க முடியாத எதுவுமே உங்களுக்குப் பிரியமில்லாதது.” அவள் கூறுவது சகமனிதருக்கும் பொருந்துமோ? காதலுக்கும்?

“இன்னும் ஒரு உதவி செய்ய முடியுமா?”

“சொல்லு.”

“பூச்சரம் ஒன்று கிடைத்தால் வாங்கி வாருங்கள்.” நான் சாலையை நோக்கி விரைந்தேன். டீக்கடைக்காரர் கோயிலுக்கு அருகேதான் பூ கிடைக்குமென்றார். ஒரு ஆட்டோவில் நான் சென்று வந்தேன். நான் வந்தபோது அவள் படித்துறையில் இல்லை. படகோட்டி இருந்தார்.

“அவளிடம் எதற்காகப் பேசினீர்கள்?” என்றார்.

“ஏன் பேசக் கூடாதா?” என்றேன்.

“உங்களுக்கு அவளைப் பற்றித் தெரியாது. அவ ஒரு முறை என்ன செஞ்சா தெரியுமா?”

“என்ன செஞ்சா?”

“வயசுப் பையன் ஒத்தனைக் கட்டிப் பிடிச்சு முத்தம் கொடுத்துட்டா. அவனுக்கு அசிங்கமாப் போயிடுச்சு.”

இளம் தம்பதி எனக்கும் படகோட்டிக்கும் இனிப்பு பஜ்ஜி வாங்கி வந்திருந்தார்கள். சந்தனப் பொட்டை நெற்றியில் இட்டுக்கொண்டு நாகரீக உடையில் அந்த இளம் பெண் வித்தியாசமாகத் தெரிந்தாள்.

“இருவரும் பயணத்தை இனிதாய் அனுபவிக்கிறீர்கள்,” என்று சொல்லி வைத்தேன்.

அவன் தனது பணி பற்றிக் கூறினான். கல்வி நிறுவனங்களுக்கு புதிய மாணவர்களை சேர்க்க இணையத்தில் விளம்பரம் மற்றும் செயலி மூலம் பள்ளிக்கூடம் முடித்த மாணவர்களைத் தொடர்பு கொள்ள மென்பொருள் தேவை. அதை இவனுடைய நிறுவனம்தான் உருவாக்கியது. அதை விற்பது பின்னர் தேவையான விளக்கங்களைக் கொடுப்பது அவன் வேலை.

நிறையவே பயணம் செய்ய வேண்டி இருப்பதால் அவன் ஊரில் இருப்பதில்லை. அவளுக்கோ கொச்சியில் நிகழ்ச்சிகள் மாநாடுகள் ஏற்பாடு செய்யும் வேலை. அவளால் ஊரை விட்டு நகரவே முடியாது. இப்படி பயணம் செய்யும்போதுதான் ஒன்றாக இருக்கிறோம் என்றான்.

படகோட்டி எதுவுமே பேசவில்லை. அவன் கைபேசியில் அழைப்புகளும் இல்லை. இதுவே ஆட்டோ அல்லது டாக்ஸி ஓட்டுனராக இருந்தால் நம் அடி வயிறு வரை பயம் வரும்படி கைபேசியில் பேசிக் கொண்டே ஓட்டுவார்கள். ஆனால் படகோட்டி முகம் நீங்கள் யாரோ நான் யாரோ என்பது போலவே இருந்தது. வேறு யாரும் படகோட்டியாக விரும்பக் கூடாது என்று சூசகமாகச் சொல்லுவது போல.

கடற்கரையில் குதிரை சவாரி செய்த பின் நான் குதிரைக்காரனாக ஆகவே விரும்புகிறேன் என்றேன். அப்பாவும் அம்மாவும் வயிறு வலிக்கச் சிரித்தார்கள். ஒரு நாள் அப்பா குதிரை வண்டிகள் நிற்கும் ஒரு கொட்டகைக்கு என்னை அழைத்துப் போனார். அங்கே நெருங்கும் போதே துர்நாற்றம் குமட்டியது. குதிரைக்குத் தேவையான புல்லை வண்டியின் கூண்டின் தரைப் பகுதியில் இட்டு அதன் மேல் மெத்தென பருத்தித் துணியைப் போட்டு வைத்திருந்தார்கள். "இதுங்களைக் குளிப்பாட்டணும். காலிலே லாடம் இருக்கும் அதை அப்பப்போ மாத்தணும்."

லாடம் அடிப்பவன் கோவில் அருகே இருந்த சிறு மைதானத்தில் ஒரு கல் மற்றும் சுத்தியலுடன் அமர்ந்திருப்பான். முதலில் மாடோ அல்லது குதிரையோ அதைப் படுக்க வைக்கவே மிகவும் சிரமப் படுவார்கள். பழைய லாடத்தை எடுக்க அவன் ஒரு பட்டையான உளியைப் பழைய லாடத்தின் மீது வைத்து அடிப்பான். அதற்குள்ளேயே கண்ணில் நீரும் பின்பக்கம் சாணமும் மூத்திரமும் கொட்ட, அந்த விலங்குகள் படும்பாடு கொடுமை. புதிய லாடத்தை அடிக்கும்போதும் அவை துடிதுடிக்கும். குதிரை வண்டிகள் இப்போது முற்றிலுமே போய் விட்டன. அப்பா அவர்களுக்கு அதிக வரும்படி இல்லை என்று அப்போது சொன்னார். ஒரு குதிரையின் ஆண்குறி மிகவும்

பெரிதாய் நீண்டிருந்தது. அது பற்றி அவரிடம் கேட்டேன் அவர் பதில் கூறவில்லை.

கடற் பெண்ணை இவர்கள் பார்த்தார்களா? அவர்கள் பற்றிய பேச்சை நான் துவங்க விரும்பவில்லை. உண்மையில் அழகான பெண் அல்லது விசித்திரமான பெண் இருவரையும் ஒரு பெண் வரவேற்பது அரிதே. இப்படி ஒரு இளம் பெண் பேசினால், அந்தக் கடற்பெண் நிறையவே பகிரக் கூடும். என் அம்மாவும் சித்தியும் பேசும்போது அப்பா அல்லது சித்தப்பாவுடன் அவர்கள் பேசாத பல விஷயங்கள் வெளிப்படும். சிலசமயம் என்னை வெளியே போய் விளையாடு என்று அனுப்பி விட்டுப் பேச்சைத் தொடர்வார்கள். சித்தியிடம் தரைவழித் தொலைபேசியில் பேசிய பின் அம்மா வெகு நேரம் அழுது கொண்டிருந்தார். தொலைக்காட்சி தொடர்களில் இப்போதெல்லாம் என் அம்மா தான் அன்றைக்கு அழுத விஷயங்களைத் தேடுகிறாரோ?

படகு ஆலப்புழையில் நின்றது. 'டிப்ஸ்' ஆக அந்த இளைஞன் படகோட்டிக்கு நூறு ரூபாய் கொடுத்தான். படகோட்டி முகம் மலர்ந்தது. அவள் படகில் இருந்து இறங்கும்வரை அவன் அவள் கையைப் பிடித்திருந்தான். பின்னர் அவன் என்னிடம் கைகுலுக்கி, "ரொம்ப குறைந்த நேரம்தான். ஆனா உங்களை மறக்க முடியாது," என்றான்.

வீட்டுக்குள் நுழைந்தபின் ஒரு வார தூசியும், கதவுகள் மூடியிருந்ததால் இருக்கும் மெல்லிய நாற்றமும் என்னை வரவேற்றன. பால்பாக்கெட்டை முதலில் பயணப் பையில் இருந்து வெளியே எடுத்தேன். பின்னர் துவைக்க வேண்டிய துணிகள், ஷவர சாதனங்கள், படித்து முடித்த நாளேடுகள் இவற்றை எல்லாம் எடுத்தபோது, வாழை இலையில் கட்டி இருந்த இரு முழப்பூவும் தென்பட்டது. இப்போது அதை என்ன செய்வது? பூச்சரம் சூடிக் கொள்ளும் படம் எதுவும் எந்த சுவரிலும் இல்லை என்பது பிடிபட்டது.

–

ஒரு ப்ளேட் தயிர்சாதம்

இரண்டு நாட்களாகப் பெய்து வந்த மழை சட்டென நின்றது. பெண் சிங்கம் குகையின் உட்புறத்திலிருந்து எழுந்து வந்தது. எப்படியும் இரை தேட வேண்டிய நேரம் இது. மற்ற விலங்குகளும் மழை நின்றதால் வெளியே நடமாடக் கூடும். 'வேட்டையாடுவது எப்படியும் என் வேலை இல்லை' என்பதுபோல குகையின் முன்பகுதியில் படுத்திருந்தது. ஆண் சிங்கம் என்றைக்கு வேட்டையாட வந்திருக்கிறது? இரவில் வேட்டையாடும்போது கூடவே வந்து தரையில் வாயை வைத்து காடே அதிர கர்ஜிக்கும். ஆனால் மான்களோ அல்லது பிற விலங்குகளோ ஓடும்போது, நூற்றுக்குத் தொண்ணூற்று ஒன்பது முறை ஓடித் தாக்கியவள் நான்தானே? இரையை இழுத்து விட்டு வந்தால் வயிறு நிறைய சாப்பிட்டு விட்டு, முகத்தின் மேல் முகத்தை வைத்து மிக மூர்க்கமாக உரசி, பலசமயம் கீழே தள்ளி விட்டு விடும்.

குகையில் இருந்து மலையில் இன்னும் உயரத்துக்கு பெண் சிங்கம் ஏற முடிவு செய்தது. சிறுசரிவுக்குப் பின் உயர்ந்திருக்கும் வனம் சற்று தொலைவில் தென்பட்டது. அதை நோக்கி நடக்கும்போதுதான் மழையில் நனைந்து சிறுசிறு நீர்த்துளிகள் சொட்டிக் கொண்டிருக்கும் அந்த ஜோல்னாப்பை பலா மரத்தின் கீழ்ப்பக்கக் கிளைகள் ஒன்றில் தொங்கிக் கொண்டிருப்பதைப் பார்த்தது. உண்மையில் அதை குகையில் ஒரு முறை பெண்

சிங்கம் தேடி, "எங்கே போனது அது?" எனக்கேட்டது. ஆனால் ஆண் சிங்கம் பதிலே சொல்லவில்லை.

அந்த ஜோல்னாப்பை புழக்கத்தில் வந்த நாள் இப்போது கூட பெண் சிங்கத்துக்கு நன்றாக நினைவிருக்கிறது. ஒரு நாள் இருட்டும் நேரம் கழுத்தில் அந்த ஜோல்னாப்பையுடன் சிங்கம் குகையில் நுழையும் போதே நாசியைக் கவரும் ஒரு மணம். இதுவரை பெண் சிங்கம் உணர்ந்திராத ஒன்று. "என்ன உன் கழுத்தில்?" எனக் கேட்டதற்கு ஆண் பதிலே சொல்லவில்லை. முன்னகால்களை மடக்கி, அந்தப் பை தரையில் புரள பெண் சிங்கத்தின் மிக அருகே வந்து நின்றது. நீண்டு அடர்ந்த அதன் பிடறிமயிர்க் கற்றைகளைத் தாண்டி பெண் சிங்கம் ஜோல்னாப்பையை இழுக்க மிகவும் சிரமப்பட்டது. தலையை இடதுவலது என மாற்றி மாற்றி ஆண் சிங்கம் உதவிய பின் ஒரு வழியாக ஜோல்னாப்பை வெளியே வந்தது. ஆண் சிங்கம் அதன் பட்டிப் பகுதிக்குக் கீழே இருக்கும் சதுர வடிவப் பகுதியின் ஒரு பக்கத்தை மட்டும் வாயால் கவ்வி பெண் சிங்கம் முன் காட்டியது. உள்ளே வாதாமர இலைகளால் சுற்றப் பட்ட பண்டம் ஏதோ இருந்தது. அதைப் பெண் சிங்கம் கவ்விக் கீழே போடும்போதே அந்தப் பொட்டலம் திறந்து கொண்டு கீழே விழுந்தது. மாமிசத்துண்டுகளுடன் ஏதோ ஒரு தானியமணிகள் ஒன்றோடு ஒன்று ஒட்டிக் கொண்டு ஏகமாய் இருந்தன. ஒரு மாமிசத்துண்டை சுவை பார்த்த பெண் சிங்கம் "என்ன இது? ரத்த வாடையே இல்லாமல் ஒரு மாமிசம்? இதெல்லாம் ஒரு சுவையா?" என்று பிறகு அந்தத் தானிய உணவை ஒரு கவளம் விழுங்கியது. "தானியத்தை நாம் சாப்பிடுவதே இல்லை. அது வாய்க்குள் போனதே தெரியவில்லை. வயிற்றுக்குள் போய் விட்டது. இதை நீ முன்பே கொண்டு வந்திருந்தால், என் அப்பா கடைசிக் காலத்தில் மாமிசத்தை அசை போட முடியாமல் திணறியபோது கொடுத்திருக்கலாம்," என்றுவிட்டு, "எங்கே கிடைத்தது இது? சொல்லித் தொலையேன்" என்றபடி அதன் முகத்தின்மேல் தன் முகத்தை வைத்து அழுத்தி உரசியது.

"ஒரு பெண் கொடுத்தாள்."

"என்னது?" பெண் சிங்கத்துக்குத் தூக்கிவாரிப் போட்டது. "கழுத்தில் மாட்டிக் கொள்ளும் ஓர் அணிகலனையும் இந்த விசித்திர உணவையும் எந்தப் பெண் சிங்கம் கொடுத்தாள்? எந்தக் காட்டில் இருக்கிறாள்? எத்தனை நாளாகப் பழக்கம்?" என்ற குரலில் கடுமை ஏறிக் கொண்டே போனது.

"அடி சந்தேகப் பிராணியே, அவள் மானுடப் பெண்."

"நல்லவேளை. மானுடப் பெண் என்றாய். வேறு இனத்துடன் உன்னால் உடலுறவு வைக்க முடியாது. நிம்மதி."

"உண்மையில் நான் அவளைக் கொன்று விடுவேன் என்று குடிசைக்குள் சென்று ஒரு நெருப்பு எரியும் கட்டையுடன் வந்தாள்."

"நெருப்பு என்றால் நாம் பின் வாங்குவோமே?"

"அதான் இல்லை. நான் அதே இடத்தில் நின்று தீர்க்கமாக உறுமினேன்."

"அவள் உடனே நிறைய நெருப்புக் கட்டைகளுடன் பல மனிதர்களை இட்டு வந்தாளா?"

"அவள் தனியே இருந்தாள். மறுபடி குடிலுக்குள் போனவள் கட்டையை விட்டு, தன் பச்சிளம் குழந்தையை நெஞ்சோடு அணைத்து என் முன்னே மண்டி இட்டபடி இரு கைகளையும் கூப்பினாள்."

"உனக்கு எப்படியும் வேட்டையாடும் பழக்கமே கிடையாது. அவள் அனாவசியமாக பயந்து விட்டாள். அதுசரி, நீ இந்த விசித்திர அணிகலனையும் உணவையும் எப்படிப் பிடித்தாய்?"

"பொறுமையாய் கேள். அவள் குடிசைக்குள் மீண்டும் போனதும் நான் பின்னேயே போய் எட்டிப் பார்த்தேன். குடிசையின் பின் பகுதியில் கனன்று கொண்டிருக்கும் நெருப்புக்கு மேலே ஒரு விசித்திர குழிக்கல்லுக்குள் இந்த மாமிசம் வெந்து கொண்டிருந்தது. தேங்காய் ஓட்டை ஒரு மூங்கிற்குச்சியில்

சொருகி இருந்த அவள். அந்த ஓட்டினால் இந்த மாமிசத் துண்டுகளை வாதா இலை மீது வைத்தாள். பின் அந்த தானிய உணவை இதனுடன் சேர்த்து என் முன் வைத்தாள்.”

“இதை நீ ரசித்துத் தின்றாயா?”

“ஏன்? அசைப் போட எளியதாக இருக்கிறது. வித்தியாசமான சுவை. உனக்குப் பிடிக்கவில்லையா?”

“மனிதர் உணவைத் தின்னுமளவு நீ சோம்பேறி. ஆண் சிங்கத்தின் குணம் மாறுமா என்ன? இதெல்லாம் சுவையா? அசை போட்டு ரத்தம் சொட்டச் சொட்டப் புதுமாமிசம் எவ்வளவு தந்திருக்கிறேன். இதைப் போய் பாராட்டுகிறாயே? கழுத்தில் அணிகலனை அவளா மாட்டி விட்டாள்?”

“ஆமாம். பயந்து கொண்டே என் அருகில் வந்தாள். பின்னர் குழந்தையை குடிசைக்குள் விட்டு, என் கழுத்தில் மிகவும் சிரமப் பட்டு மாட்டி விட்டாள்.”

பலா மரத்தைத் தாண்டிப் பத்தடி முன்னே சென்ற பெண் சிங்கம், திரும்ப வந்து பையை முகர்ந்து பார்த்தது. உள்ளே ஒன்றுமில்லை. அன்று ஆணைக் கிண்டலடித்ததே ஒழிய அடுத்தடுத்து அந்தப் பையில் ஆண் வித்தியாசமான மாமிச வகைகளைக் கொண்டு வந்தபோது பெண் சாப்பிடத்தான் செய்தது. இன்று மழை விட்ட நேரம் எப்படியும் வேட்டை ஆட வேண்டும். கொட்டும் மழையில் ஈரமண் பலநேரம் சறுக்கி விடும். பல விலங்குகள் கிடைத்த பொந்தில் மழைக்கு ஒதுங்கி விடும். தென்படா.

சற்று நேரம் கண்ணயர்ந்த ஆண் கண் விழித்ததும் எழுந்து நின்று தலையை முன் பக்கம் நீட்டி கர்ஜித்தது. பெண் சிங்கம் பதில் அளிக்கவில்லை. பின் இன்னும் சுருதி கூட்டி அது கர்ஜித்தபோது அதன் ஆண்குறி உள்ளெழும்பிப் பின் மீண்டும் சாதாரணமானது. பதில் இல்லை. ஆண் சிங்கத்துக்கு பசி அதிகமாகி விட்டது.

பலாமரத்தின் அருகே சென்று நின்ற ஆண் தலையை அந்த

ஜோல்னாப் பையின் மேற்பட்டிக்குள் விட முயன்றது. ஆனால் பை அசைந்து பக்கவாட்டில் போனதே ஒழிய இதன் தலை கொள்ளவில்லை. வெய்யிலில் பறக்கும் தும்பிகள் சற்றும் அச்சமின்றி இதன் தலையைச் சுற்றின. வேகமாக அசைத்து ஆட்டி அவற்றைத் துரத்தியது. மெதுவாக மூக்குப் பகுதியை பட்டியின் மத்தியில் நுழைத்துத் தலையை மிகவும் ஒருக்களித்து நுழைக்க ஓரிரு முறை தோல்வியுடன் முயன்று தோற்று இறுதியில் பை கழுத்தின் மேல் மாட்டிக் கொண்டவுடன் மலையடிவாரம் நோக்கி நடந்தது.

மலையடிவாரம் இருந்த நெடுஞ்சாலையோர உணவுக் கடையில் அமர்ந்திருந்த லாரி ஓட்டுனர்களில் ஒருவன் முன்பக்கம் பெரிய பிடறி முடிகளுடன் பெரிய தலையுடனும், பின் பக்கம் சீரான மெல்லிய உடலுடனும் கம்பீரமாக வரும் ஆண் சிங்கத்தைப் பார்த்து அச்சப் பட்டான். கடைக்காரர் “கழுத்திலே ஜோல்னாப் பை மாட்டுன சிங்கமா? பயப்படாதீங்க. இப்போ என்னன்னவெல்லாம் செய்யும் பாருங்க,” என்றார்.

அவர்கள் அமர்ந்த பெஞ்ச் எதிரே இருந்த காலி இடத்தில் நின்ற சிங்கம், பின்கால்களைத் தரையில் வைத்து முன்கால்களை மேலெழுப்பி, இருகால்கூப்பி வணங்கியது. அனைவரும் விசில் அடித்தார்கள். பின்னர் முன்காலுள் ஒன்றையும் பின் காலுள் ஒன்றையும் தூக்கி இறக்கி, அசைந்து அசைந்து நகர்ந்தபடி, சிறு நடனம் ஒன்று ஆடியது. பின்பக்கம் திரும்பாமலேயே பின்னாடி நடந்து காட்டியது. தரை மீது வாயை வைத்து உறுமல் போட்டது. நிறைய கைத்தட்டல். அதன் பின் கடைசியாய் நிறுத்தப்பட்ட லாரியின் பின்பக்கம் நிறைய தூரம் தள்ளிச் சென்று முதலில் மெல்ல ஓடி, பின்னர் பெரிய பாய்ச்சல் எடுத்து லாரியின் சுமைகளுக்கு மேல் உள்ள கித்தான் மீது பொத்தென விழுந்து, பின்னர் எழுந்து நின்று, தலையை முன் நீட்டி, ஆண்குறி உள் இழுத்துக் கொள்ள பெரிய கர்ஜனை இட்டது.

அதுத் தாவி இறங்கிக் கீழே அவர்கள் அருகில் வந்ததும் உணவுக் கடைக்காரர் “யோவ், கழுத்திலே இருக்கிற பைலே கொஞ்சம் ரூபா போடுங்கப்பா. இத்தனை வித்தை காட்டிச்சில்லே?” என்றதும்

ஐம்பது நூறு எனப் பல ரூபாய் நோட்டுகள் அந்தப் பைக்குள் விழுந்தன. மெல்ல அதன் தலையைத் தடவிப் பார்த்தான் ஒருவன். அனைவரும் பணம் போட்டதும் பழைய முறையில் முன்னங்கால்களை மட்டும் தூக்கி வணக்கம் சொன்னது.

உணவுக் கடைக்காரர் அதற்கு ஒரு தட்டில் பிரியாணி மற்றும் அது எடுத்துப் போக ஒரு பொட்டலம் என இரண்டையும் தயாராய் எடுத்து வைத்து நிமிர்வதற்குள் அது அவர் கடையைத் தாண்டிப் போனது அவருக்கு ஏமாற்றம் அளித்தது. சோம்பேறி அது வழக்கம் போல் இங்கேயே தின்று விட்டுப் போகும் என நினைத்தது தவறாய்ப் போனது. ஊருக்குள் சமைக்கும் வாடையை அது இங்கேயே மோப்பம் பிடித்து விட்டதோ?

ஊருக்குள் அது நடந்தாலும், அதன் கழுத்தில் ஜோல்னாப் பையைப் பார்த்ததும் மக்கள் அச்சம் நீங்கியவராய்த் தம் வேலைகளைப் பார்க்கப் போனார்கள். ஒரு நாய் இதன் அருகில் குரைத்தபடி வெகுதூரம் வந்து பிறகு திரும்பிப் போய் விட்டது.

உடுப்பி மங்களாபவன் உணவகத்தின் படிகளில் ஏறிய சிங்கம் அதன் தலையுயரம் இருக்கும் பல மேஜைகளில் யார்யார் என்னென்ன சாப்பிடுகிறார்கள் என நோட்டம் விட்டது. பல நிறங்களில் தானிய உணவுகள். அதில் திரவமாய் ஏது எதையோ ஊற்றி மக்கள் சாப்பிடுகிறார்கள். காய்கறிகள் தனக்குத் தெரிந்தவை தெரியாதவையும் அவர்கள் தட்டுகளில் இருந்தன. நாக்கில் எச்சில் ஊற அது காலியாக இருந்த ஒரு நாற்காலி நோக்கி நகர்ந்தது.

“நில்லு. நில்லு,” என ஓடி வந்தார் ஒரு பரிசகர், “வரிசையிலே எவ்வளோ பேரு நிக்கறாங்க பாரு. உன் டர்ன் வந்ததும் சொல்றேன். உனக்கு மூணு சேரு வேறே நகத்தி விடணும். மூணு பேர் டேபிள் காலியானாச் சொல்றேன்,” என்று அதை நிறுத்தினார். அது முன்னே நகராமல் அவர் அதன் முகத்தை மறித்து நின்று கொண்டார். அரை மணி கடந்தது. பல மானிடர்கள் உணவு உண்டு கிளம்பினார்கள்.

ஒரு வழியாக, “வா,” என்று அவர் சைகை செய்து அழைத்ததும் அவர் பின்னே போனது. மூன்று நாற்காலிகளை நகர்த்தி அவர் ஒரு மேஜை முன் அதை நிற்க வைத்தார். மெனு கார்டை வாயால் இழுத்துக் கீழே போட்ட அது, கால் நகத்தை மிக லாகவமாக நளினமாகப் பயன்படுத்தி, ஒவ்வொரு பக்கமாகப் பார்த்தது. பாலக் பனீர்நான் என்னும் படம் உள்ள பக்கத்தை மாற்றாமல் கவ்வி மேஜை மீது வைத்து, பரிசகர் வரக் காத்திருந்தது. “யோவ் சிங்கம். இன்னிக்கி ரஷ் ஜாஸ்தி. எல்லா ஐட்டமும் காலி. ஒண்ணே ஒண்ணுதான் இருக்கு அதையே தரேன்,” என்றவர், “ஒரு ப்ளேட் தயிர்சாதம்,” எனக் குரல் கொடுத்தார். அது மேஜைக்கு வந்ததும் அவரை முறைத்து ஒரு கர்ஜனை போட்டது. “வேணும்னா சாப்பிடு. இல்லே இதுவும் தீந்துடும்,” என்றார். வேறு வழியின்றி அதைச் சாப்பிட்ட பின் கழுத்தில் உள்ள ஜோல்னாப் பையை அசைத்து அசைத்து சைகை செய்தது. ஒரு பொட்டிலம் தயிர் சாதத்தைப் பைக்குள் போட்டு அவர் பணத்தை எடுத்துக் ‘கவுண்டரி’ல் பில் கட்டி. பாக்கியை அதன் பையில் போட்டார். மெலிதாய் கர்ஜித்து விட்டு, வந்த வழியே நடந்தது.

–

மேய்ப்பன்

லாவண்யா தனது கருப்பு நிறக் காரில் ஓட்டுனர் இருக்கையில் அமர்ந்தாள். காரை நகர்த்தி சாலையை அடைந்ததும் 'எஸ்கார்ட்' என எழுதி இருந்த பொத்தானை அழுத்தினாள். பக்கத்து இருக்கையில் லேசரின் மெல்லிய ஒளியில் கோட்டோவியம் போன்ற ஒரு ஆண் உருவம் தோன்றியது. ஐம்பது வயதிருக்கும் ஓர் ஆள். கோட் சூட் அணிந்த உருவம்.

"குட் மார்னிங் லாவண்யா."

"குட் மார்னிங் எஸ்கார்ட். வாட் ஈஸ் த நியூஸ்?"

"டேடிங்கு யார் யாரு இருக்காங்கனு ஒரு லிஸ்ட் அப்டேட் ஆகியிருக்கு. சீக்கிரமே புக் பண்னா வாரக் கடைசியில உறுதியா உங்க சாய்ஸ் பார்ட்னரோட ஒண்ணா இருக்கலாம்."

"எஸ்கார்ட். நா அதை சர்ச் பண்ணி நாளாச்சு. இப்ப எதுக்கு? காலை நேரத்தில் என்னயிது?"

"மெமரியில் அப்டிதான் இருக்குது. அடுத்த நியூஸ் ஜெனிவாலே பெரும்பான்மை நாடுகள் ஒரு தொழில் நுட்பம் முதல் மூன்று மாதங்களில் உபயோகிப்பாளர் தரும் சார்பு அல்லது எதிர்க் குறிப்புகளை வைத்து மட்டுமே கண்காணிக்கப் படும். தரக் கட்டுப்பாட்டு சோதனைகள் முடியக் காலம் ஆகும் என்பதால்

உபயோகிப்பாளர் எந்த பாதிப்பையும் சந்திக்காதபோது அதுவே போதுமானது."

"இது என் ப்ராஜெட்க்ட்டுக்கு ஒத்துப் போகிற உபயோகமான நியூஸ்."

"காடுகள்ல இனி வாரக் கடைசில மட்டுமில்ல, நிறைய நாளே தங்கலாம். அதாவது ஓர்க் ஸ்டேஷன்ஸுக்குத் தேவையான சாட்டிலைட் கனெட்டிவிட்டி ட்ரோன்ஸ் ஸ்டேஷனரியாத் தரும். முன்னாடியே புக் பண்ணிக்கணும்."

பழைய மகாபலிபுரம் சாலை. அந்த பிரம்மாண்ட கட்டடத்தின் முன்வாயிலின் இரு இரும்புக் கதவுகளும் இணைந்து மூடியிருந்தன. காவலாளிகள் யாரும் இல்லை. சாலையில் புகையில்லாமல் கார், பஸ், இரு சக்கரம் என வாகனங்கள் விரைந்து கொண்டிருந்தன. சுற்றுச்சுவருக்கு இணையாக இரு கதவுகளும் பத்தடி உயரமாய் இருந்தன. கதவுகளின் மையத்தில் கைப்பிடி இருக்க வேண்டிய இடத்தில் ஒன்று முதல் ஒன்பது மற்றும் பூஜ்ஜியம் ஆகிய பத்து எண்கள் இருக்கும் ஒரு சதுரத்துக்குள் தென்பட்டன. மழமழவென இருந்த சுவர் மற்றும் கதவுகளைப் பற்றி ஏறுவதற்கு அந்தக் குரங்குக்குப் பிடிமானம் ஏதும் இல்லை. அதன் வயிற்றின் கீழே உடல், முதுகைச் சுற்றிக் கைகள் ஆக அதன் குட்டி தொங்கிக் கொண்டிருந்தது. பாதையோர நடைமேடை மீது அமர்ந்தபடி அது காத்துக் கொண்டிருந்தது. முதலில் சிவப்பு நிற சின்னஞ்சிறு கார் வந்தது. ஓட்டுனர் பக்கக் கண்ணாடி இறங்கியது. அதிலிருந்து நீண்ட கை ஒரு 'ரிமோட்'டை அழுத்தியது சதுரப் பலகையில் எண்கள் பச்சை நிறத்தில் ஒளிர்ந்தன. நேரம் 10.05 நாள் 1.8.2054. இருபக்கக் கதவுகளும் திறந்தன. குரங்கு காரின் பின்னே நடந்து போனது. கார் நுழையும் வரை காத்திருந்தது. கார் நுழைந்த மறுகணம் கதவுகள் வெகு வேகமாக நகர்ந்து மூடுவதைப் பார்த்துப் பின் வாங்கியது. அடுத்தடுத்து சிறிய கார்கள் பலவும் அதே போல் நுழைந்தன. குரங்கு வெறுமனே வேடிக்கை மட்டும் பார்த்தது. கருப்பு நிறப் பெரிய கார் ஒன்றின் சக்கரங்களுக்கு சற்று மேல்

நான்கு புறமும் தடிமனான வெள்ளி நிறக் குழாய் இருந்தது. கார் நின்று, பின்னர் நகரும் இடைவெளியில் குரங்கு காரின் பின்பக்கம் அந்தக் குழாயில் இரு கைகளைப் பற்றித் தொற்றித் தொங்கியது. கார் நின்றதும் இறங்கி உணவின் நறுமணம் எங்கே இருந்து வருகிறது என்று தேடித் தாவி நகர்ந்தது.

லாவண்யா அந்த வளாகத்தின் பத்தாவது தளத்தில் தனது அறையில் கைப்பையை வைத்த பின் கருத்தரங்கக் கூடத்துக்கு நகர்வதைப் பார்த்ததும் தம் இருக்கைகளில் இருந்து அவளது உதவியாளர்கள் கூட்ட அரங்கத்தை அடைந்தார்கள்.

“ப்ளீஸ் அப்டேட்.”

ஒவ்வொருவராகத் தாம் தேடிப் பிடித்த தன்னார்வம் உள்ள சோதனை கூட்டாளிகள் பற்றி விளக்கினார்கள். சிலர் ஒரு ஆளைதான் கொண்டு வந்திருந்தார்கள். சிலர் இரண்டு. மொத்தம் பதினோரு ஆட்கள் லாவண்யாவின் இறுதித் தேர்வுக்காகக் காத்திருந்தார்கள்.

பரிசோதனைக்கு ஒப்புக் கொண்ட முதல் தன்னார்வக் கூட்டாளியை நேர்காணல் செய்யும் முன் லாவண்யா தனது கைபேசியைப் பரிசோதிப்பதில் ஆழ்ந்தாள். கதிரவன் இன்று தனக்கு வெற்றி நாள், கூடிய சீக்கிரம் பேச வேண்டும் என்றும் இரவு உணவுடன் சந்திப்போமோ என்றும் கேட்டிருந்தான். மிகவும் அவசரமாக அவன் இந்த அணுசக்தி பிராஜக்ட்டில் இருந்து வெளியேறினான். இப்போது தனி நபர் பயன்பாட்டுச் செயலிகளில் ஆழ்ந்திருக்கிறான். இரவு படுக்கையில் பேசிக் கொண்டிருந்த போதெல்லாம் எதுவும் சொல்லவில்லை. காலையில் அவள் எழுந்தபோதுதான் வேறு நிறுவனம் போகிறேன் என்று ஒரு துண்டுக் காகிதத்தில் எழுதி அதை அவள் கைபேசிக்குக் கீழே வைத்துப் போயிருந்தான். அதெல்லாம் எப்போதோ நடந்தவை என்று அவன் விட்டிருக்கலாம். முற்றிலும் மறந்தே போயிருக்கலாம்.

முதலில் நேர்காணலுக்கு உள்ளே நுழைந்தவர் சுசித்ரா. சுமார் நாற்பது வயது இருக்கும். “பரிசோதனை என்ன மாதிரி ஆபத்து சாத்தியங்கள் உள்ளனவென்று உங்களுக்கு தெரியுமா?”

“தெரியும் மிஸ்.லாவண்யா. நான் ஆல்டர்னேடிவ் ஸோர்ஸஸ் ஆஃப் எனர்ஜியிலே நியுகிலியர் சயன்ஸ்ல டாக்டரெட் பண்ணிருக்கேன்.”

“இருந்தாலும் லேசான கதிர்வீச்சு இருக்கும். லாஸ் வேகாஸ் கிட்டே பாலைவனத்தில் சிமுலேஷனுக்கு மரம், கட்டிடம், மரபணு மாதிரிகள் வெச்சு செஞ்ச தோல் இருக்கிற ரோபோஸ், அதே போல் மிருகங்கள், பறவைகள் எல்லாமே இருக்கும். உங்க கவசம் கண்டிப்பா உங்களை கதிர்வீச்சிலே இருந்து பாதுகாக்கும். ஆனா அந்த அழிவு, எரியும் மனிதத் தோல் ரோபோஸ், பறவைகள், மிருகங்கள் பார்க்கறத்துக்கு ரொம்பக் கொடுமையா இருக்கலாம். பெரு நெருப்பு உங்களைச் சுத்தி எரியும். உங்களுக்கு கவசம், ஆக்ஸிஜன் மாஸ்க், ஷூஸ் பாதுகாப்பு. ஆனா உங்கள் மனநிலை பாதிக்கப் பட வாய்ப்பு அதிகம். உங்க அண்டர்டேகிங் சட்டப்படி போதும். ஆனா நாங்க உங்க மேலே அக்கறையோட எச்சரிக்க விரும்பறோம்.”

“ட்ராமா எக்ஸ்போசர் லாப்க்கு நான் வாலண்டியரா போயிருக்கேன்.”

“என்ன மாதிரி ட்ராமா?”

“பிண அறையிலே அரைமணி நேரம் இருந்திருக்கேன். ஒரு மெண்டல் அசைலம் செஞ்ச எக்ஸ்பரிமெண்ட்ஸ்க்கு நான் வாலண்டியர் பண்ணி இருக்கேன். சித்திரவதை, பாலியல் பலாத்கார வீடியோஸைப் பார்த்து அதனால் என்ன பாதிப்பு எனக்கு வந்துதுன்னு எழுதிக் கொடுத்தேன். எனக்கு ஆடோ சஜெஷன் பயிற்சியாலே மனோபலம் அதிகம்.”

சிறு குறிப்புகளை எடுத்தபடியே லாவண்யா, “யார் கிட்டேயாவது கன்சல்ட் பண்ணினீங்களா?”

“யா. எக்ஸ்பார்ட் கிட்டே.”

“குட். சைக்கியாட்ரிஸ்ட்டா?”

“ஆமாம். அவனுக்குள்ளே அட்வான்ஸ்ட் சைக்கியாட்ரி இண்டெலிஜென்ஸ் சிப் இருக்கு.”

“சிப்? யூ மீன் ரோபோ? மெடல் அண்ட் ஃபைபர் ஆர் ஜெனடிக்கல்லி ஸ்கிண்ட்?”

“சிலிகான் சதை தோல் எல்லாம் இருக்கிற மூளையும் உணர்ச்சியும் வேலை செய்யற காஸ்ட்லி ரோபோ அவன். மிச்ச ஆம்பிளைங்களுக்கு அவன் கிஸ் எப்படி பண்ணணும் ஃபக் எப்படிப் பண்ணனும்னு சொல்லித்தர முடியும். ஆர்காசம் இல்லாம நான் அவன் கிட்டே செக்ஸ் வெச்சதே இல்லே.”

இந்த விஷயத்தை அவள் எடுத்ததும் தன்னுள் வந்த எரிச்சலை மறைத்தபடி “நீங்க நிஜ மனுஷங்க, உங்களை நேசிக்கிறவங்க கிட்டே பேசினீங்களான்னு கேட்டேன்.”

“நேசம்கிற வார்த்தை போன மில்லேன்னியத்தோட காலாவதியானது. படுக்கையிலே மட்டும்தான் காது கொடுப்பான் ஆம்பளை. என் ரோபோ நான் எப்போ என்ன பேசினாலும் கேப்பான். என் ட்ரீம்ஸ் என் பேரெண்ட்ஸுக்குப் புரியாது. அவங்க ‘சிமுலேடட் வர்ட்சுவல் டூர்’ இருக்கிற மால்களிலே போய் உலகத்தோட வெவ்வேற மலை காடு, பொக்கிஷ கட்டிடங்களுன்னு டூரீஸ்ட் ஸ்பாட்டிலேயே இருந்த மாதிரி ஃபீல் பண்றதிலே பிஸி.” அலுப்படித்தது. விரைவில் தேர்வானாரா இல்லையா என்று தெரிவிக்கிறேன் என்ற லாவண்யா அடுத்தடுத்தவர்களை நேர்காணல் செய்தாள். அணுகுண்டு வெடித்த யுத்தம் கடந்த ஆண்டு செய்த அழிவுக்குப் பின் இந்தக் கவசம் உலகெங்கும் விற்கப் போகிறது என்பதை அவர்கள் புரிந்து வைத்திருந்தார்கள். அந்தப் புரட்சிகரமான கண்டுபிடிப்பின் சோதனையில் தாம் பங்கெடுப்பதில் பெருமையும் இருந்தது. ஐந்து லட்சம் டாலர் என்னும் சன்மானத்தின் மீது பேராசையும் தென்பட்டது. நான்காவது ஆளை அவள் விசாரித்து முடிக்கும் போது மணி இரண்டு. சாப்பிட்டுக் கைகழுவும் போது ஜன்னல் வழியே பர்கர், பீட்சா, வாழைப்பழத் தோல் என மீந்தவற்றை சாப்பிடும் குட்டியுடனான பெண் குரங்கு தென்பட்டது. இந்த வளாகத்துக்குள் அது எப்படி நுழைந்தது?

“சார். புரிந்துணர்வு ஒப்பந்த விதிகளைப் படிச்சிட்டீங்களா?” தன் எதிரே இருக்கும் அரசு உயர் அதிகாரியிடம் கதிரவன் மெல்லிய குரலில் கேட்டான்.

“படிச்ச அப்பறம்தான் உங்க மீட்டிங்க்குக்கு வந்திருக்கேன், கதிரவன்.”

“சார் எங்க சாஃப்ட்வேர் முதல் ஒரு வருஷத்துக்குத் தான் ஃப்ரீ. அதுவும் சாஃப்ட்வேர் மட்டும்தான். கைவிரல் ரேகை மெசின் நாங்க தர மாட்டோம். டெண்டருக்கும் வர மாட்டோம். இதிலே புது பயன்பாடு எது கேட்டாலும் முதல் வருஷத்திலே கேட்டாலும் நாங்க சார்ஜ் பண்ணுவோம்.”

“கதிரவன், நெக்ஸ்ட் இயர் எலெக்ஷன் வருது. கட்டை விரலை ஒரு மெஷின்லே வெச்சா எல்லாமே சாத்தியம்கிறது மினிஸ்டருக்கு ரொம்ப அப்பீலிங்கா இருக்கு. ஒரு குடிமகனுக்கு என்னென்ன கிடைக்க வேண்டியது பாக்கி இருக்கு, மத்திய அரசா மாநில அரசா, எந்த அலுவலகம், அவர் புகார் அல்லது கோரிக்கை எந்த நிலையிலே இருக்கு எல்லாமே கை விரல் வெச்ச உடனே வந்து விழும்கிறது தன்னோட பார்ட்டிக்கு பெரிய அளவு ஓட்டு வாங்கித்தரும்னு அவரு நம்பறாரு.”

சில கணங்கள் மௌனித்த பின், “யூஎஸ்லே இருந்து டாப் லெவல் டீம் மீட்டிங்க்கு வரும் போது மினிஸ்டர் எம்ஓயூ சைன் பண்ணுவாரா? நானே அவரை நேரில் இதைக் கேட்கலாமா?” என்றான்.

“ஷ்யூர். நான் அவரை நீங்க சந்திக்க ஏற்பாடு செய்யறேன்.” என்றார்.

மாலை வரை கருப்புக் காரின் பின்னேயே காத்திருந்த்து குரங்கு தன் குட்டியுடன். லாவண்யா காரைக் கிளப்பிய உடனே அதன் பின் கம்பியில் தொற்றிக் கொண்டது. கார் முன் வாயிலைக் கடந்ததும் கீழே குதித்து சாலை ஓர நடைமேடையில் சுவரை ஒட்டி குந்தி அமர்ந்து கொண்டது,

அடையார் புகாரி வாசலில் காத்திருந்தான் கதிரவன். கைகுலுக்கி, மெலிதாகக் கட்டி அணைத்தவன் "பக்கத்திலேயே ஒரு டெரெஸ் கார்டன் பாக்கலாமா?"

எதுக்கு என்று கேட்க நினைத்தவள் இங்கிதத்துக்காக சரியென்று தலை அசைத்தாள். அவனுடைய காரில் காந்திநகர் நான்காம் பிரதான சாலையை அடைந்தார்கள். ஒரு குடியிருப்பின் நான்காம் மாடிக்கும் மேலே இருக்கும் மொட்டை மாடி. குறுக்குச் சுவர்களைக் கொண்ட இரண்டாயிரம் சதுர அடிக்கும் அதிகமாய் விரிந்திருந்தது. கடற்காற்று பகலில் உஷ்ணத்துக்கு மருந்து போல மேலே வருடிச் சென்றது. இரவு கவிந்து கொண்டிருந்தது. இங்கும் அங்குமாக ஏகப்பட்ட செடிகள் என்ன செடிகள் என்று தெரியவில்லை. பச்சை வாசனை ஈர்த்தது. ஒரு குறுக்கு சுவர் மீது பச்சை நிற ஒளி சில நொடி இடைவெளிகளில் மின்னி மின்னி மறைந்து கொண்டிருந்தது. அதன் அருகே சென்று "லைட்ஸ் ப்ளீஸ்" என்றான் கதிரவன். மாடி முழுதும் நூறு விளக்குகள் சில நொடிகளில் ஒளிர்ந்தன. நெல், கரும்பு, கத்திரிக்காய், வாழை, புடலங்காய்க் கொடி, தக்காளி என எல்லா வித உணவு வகைகளும் இருந்தன. ஒரு கதிர் ஐந்தடி உயரம், அதில் நெல்மணிகள் பல நூறு. ஒரு கிளையில் ஐம்பது தக்காளி.

"ஜெனெடிக்கல்லி மாடிஃபைட். இது லாஸ்ட் சென்சுரிலே இருந்ததே தினகர்," என்றாள்.

"ஐ டூ அக்ரி. ஆனா இப்போ இங்கே இது கொடுக்கற யீல்ட் ஒன் ஹண்ட்ரட் டைம்ஸ். இந்த பில்டிங்ல இருபது பிளாட்ஸ். அவங்களுக்கு வருஷத்திலே பாதி மாசம் இங்கேயே எல்லாம் கிடைக்குது. மண் மாத்தி பயிர் சுழற்சி பண்ண ஒரு மூணு மாசம் இடைவெளி. மழைக்காலம் ஒரு மூணுமாசம். மிச்ச ஆறு மாசமும் இங்கே நல்ல விளைச்சல்."

"யாரோட ஜெனடிக் ரிசர்ச் இது?"

"என்னோடது லாவண்யா."

அவள் கண்கள் விரிந்தன. அவன் தனி நபர் பயன்பாடு மற்றும் ஆளுமைத் துணைக்கானவற்றைத் தான் செய்து வருகிறான் என்றே அவள் நம்பி வந்திருந்தாள்.

புகாரியில் அவர்களுடன் உணவு உண்ண சற்றே தடிமமான ஒருவர் வந்திருந்தார். இவர்களது எதிரே உள்ள இரண்டு நாற்காலிகளையும் அவர் ஆக்கிரமித்திருந்தார். சுரேந்தர் அவர் பெயர். அவர் தனது தட்டுக்கு அருகே தன் கைப்பையில் இருந்த ஒரு மெல்லிய பிளாஸ்டிக் போன்ற தாளை விரித்து வைத்தார். ஏ4 அளவு இருந்த அது. அவர் அதன் மேற்பக்க மத்தியில் விரலை வைத்து அழுத்தியதும் ஒளி பெற்றது. 'ஹாய் சுரேந்தர். இரவு உணவு நேரம் என்றது ஒரு அழகிய பெண்முகம்.' அவர் 'தேங்க்ஸ்' என்றதும் மறைந்து விட்டது. உணவுப் பட்டியலை அவர் அதன் மேல் காட்டிய சில நொடிகளில் 'உடல் எடை குறைய, சூப், மீன் குருமா மற்றும் இரண்டு சப்பாத்தி மட்டுமே.' என்றது அது.

பொருள் பொதிந்த அவள் பார்வையை அவன் புரிந்து கொண்டான். "ஓபிசிடிக்கு மட்டுமில்லே லாவண்யா. மீட்டிங்லே இதைப் பக்கத்திலே வெச்சிக்கிட்டா குரல் உயர்ந்தாலே 'கூல்'னு மெல்லிசா ரிமைண்ட் பண்ணும். பசங்க தூங்கற வரைக்கும் கதை சொல்லும். தனியா இருக்கிற ஓல்ட் பீப்பிளோடப் பேசி தனிமையைப் போக்கும். அவங்க மருந்து சாப்பிடற நேரத்தை ஞாபகப் படுத்தும். குடிக்கிறவங்க மூணாவது பெக் அடிச்சா பெரிய சைரன் ஒலி எழுப்பி அவங்களை திணற அடிச்சிடும். இப்படி வெரைட்டியோட வேற ஆப் வித் ரோபாடிக்ஸ் எதுவும் கிடையாது. மேய்ப்பன்னு பேரு வெச்சு பேட்டண்ட் எடுத்துட்டோம்."

இதெல்லாம் சுண்டுவிரல் விளையாட்டு போல அவனுக்கு. எந்த மென்பொருளையும் விரைவாய் நுட்பமாய் கற்பனையாய் சரியாய் துல்லியமாய் எழுதுவான். பழுதான எந்த மென்பொருளையும் ஆய்ந்து சரி செய்து விடுவான். எமகாதகன். அவளுடைய முதல் வேலை போக இருந்த நேரம். ஒரே இரவில் அவன் அவளுடன் அமர்ந்து அவள் ஒரு மாதம் உழைத்து உருவாக்கிய

மென்பொருளில் இருந்த குறைகளை சரி செய்தான். அழாதே என நெற்றியில் முத்தமிட்டான். பல இரவுகள் இருவரும் அன்பாய், காமமாய் சொந்தமாய் இருந்திருக்கிறார்கள். கடந்த ஒரு வருடமாக அவன் தனி நபர் பயன்பாடு மற்றும் மரபணுத் தடத்துக்குப் போய் விட்டான். அவனுக்குப் பிடித்த கோழி 65, ப்ரைட் ரைஸ், ஆட்டுக்கால் சூப், மட்டன் குருமா இவற்றை அவள் தருவித்தாள்.

உணவு முடிந்த பின் சுரேந்தர் விடை பெற்றார். தனித்தனி காரில் இல்லாமல் இருந்திருந்தால் நீண்ட இடைவெளி விஷயங்கள் பலதையும் அவனுடன் பகிர்ந்திருக்கலாமோ? முழு இரவு இருக்கிறது. குரலில் வராமல் குறுஞ்செய்தி செய்யும் அவனுடன் ஒரு முழு இரவு. அவளுடைய குடியிருப்புக்கு முன் வாயிலில் அவள் தனது கடவுச்சொல் வழி கதவைத் திறந்து தனது காரை செலுத்திய போது அவன் வண்டி பின்னேயே வராத போது அவளுக்கு திடுக்கென்றிருந்தது. கட்டை விரலை உயர்த்திக் காட்டியவன் காரை செலுத்திக் காணாமற் போனான்.

வீடு திரும்பியதும், மெல்லிய நீல விளக்கில் அவன் படுக்கையில் சாய்ந்தான். ரிமோட்டை அழுத்த அறையின் மூலையில் ஒரு நின்றிருந்த பெண் ரோபோ வந்தது. படுக்கையில் அமர்ந்தது. பிடித்து இழுத்தான். அதன் மேலே அவன் சுற்றி வைத்திருந்த துணியை அகற்றினான். பெரிய மார்பகங்கள். மெல்லிய இடுப்பு. பெரிய தொடைகள். உடலில் பல இடுக்குகளில் முடியும் இருந்தது. கன்னத்தில் முத்தமிட்டான். வெட்கத்தில் அது நெளிந்தது. வெள்ளை நிற உடலெங்கும் செந்நிறம் படர்ந்தது. வலது மார்பைக் கையால் பிடித்து அழுத்தினான். கையைத் தட்டி விட்டது. தொடைக்கு இடையே போன கையையும் மென்மையாய்த் தடுத்தது. ரிமோட்டை எடுத்து ‘வெறி’ எனும் பொத்தானை அழுத்தினான். மறுகணம் அது அவன் மீது ஏறி அவன் உதடுகளைக் கவ்வி அழுத்தி முத்தமிட்டது. இரு கைகளாலும் அவன் தலை முடியைப் பற்றியது. பின்னர் ஒரு மார்பை அவன் வாய் மீது வைத்து அழுத்தியது.

–

சாதனம்

“பேனாக் கத்தியின் பயன்பாடுகள் என்ன என்று தெரியுமா?” என்றுதான் அவன் தனது உரையைத் துவங்குவான். மடக்கிய பேனாக்கத்தியைத் தனது சட்டைப் பையில் இருந்து வெளியே எடுத்து அதன் கத்திப் பகுதியை வெளியே நீட்டி மடக்கியவாறே, பதில்களை செவி மடுப்பான். “கொல்லலாம்” அனேகமாக முதல் பதிலாக வரும். உடனே தன் ஷுவைக் கழற்றி அதன் அடிப்பகுதி மீது ஓங்கிக் குத்த கத்தி துளைக்காமல் மடங்கி விடும். அனைவரும் சிரிப்பார்கள். பின்னர்தான் எலுமிச்சம் பழம் வெட்ட, சிறிய திருகாணியை இறுக்கிச் சுழற்றிப் பொருத்த, பீர்பாட்டில் மூடி திறக்க, சிப்ஸ் பாக்கெட்டைக் கிழிக்க, குளிர்பான டின்னைத் திறக்க, அழுத்தி மடித்த காகிதத்தைச் சீரான துண்டாக்க, முதுகுப் பை ‘ஜிப்’பில் மாட்டி இருக்கும் சிறு நூல்களை வெட்டி அதைச் சீராய் இயக்க என ஒவ்வொன்றாய் பதில்கள் வரும். உண்மையில் ராஜநாயகத்துக்கே தோன்றி இருக்காத பல பயன்களும் பட்டியலாகும்.

இன்று, இந்தப் பேனாக் கத்தி ஒன்று காரணமாகி, இந்த முதுகுச்சுமையை ‘செக் இன் லக்கேஜ்’ ஆக்க வேண்டி வரும். ‘லேப் டாப்’பை அதன் சதுரப் பைக்குள் வைத்து எடுத்துப் போகலாம். விமானம் தரை இறங்கும் முன் ‘பவர் பாயிண்ட் ஸ்லைடு’களை ஒரு முறை சரி பார்க்கலாம். நேற்று இரவு

எடுத்து வந்த பெட்டிக்குள் பேனாக்கத்தி கிடையாது. அது இளைஞர்கள் பயிற்சி முகாம் அல்ல. ஆலோசக நிபுணர்களின் மாநாடு. இரவு இரண்டு மணி வீட்டுக்கு வந்தவன் வெறும் நான்கு மணி நேர இடைவெளிக்கு ஏர்போர்ட்டிலேயே தங்கி இருக்கலாம். கொஞ்ச நேரம் வீட்டில் இருந்தாலும் மனம் புத்துணர்ச்சி பெறுமென்று தோன்றிற்று. ஆனால், அரைமனப் போராட்டத்தை வெல்லாமல் கொஞ்சம் விஸ்கி அருந்தி இருக்க வேண்டாம். தலை பாரம் இன்னும் நீங்கவில்லை. கண் எரிச்சல் ஏறத்தாழ ஒருவாரத் தொடர் பயணங்களால். சிறிய பயணத்துக்கானவற்றை வைத்தாகி விட்டது என சிறு நிறைவு வந்து கொண்டிருந்தபோது, முதல் முறை வாயிலில் மணி அடித்தது. ஆணுறைப் பாக்கெட் எங்கே? நேற்று எடுத்து வந்த பயணப் பைக்குள் ஒன்றே ஒன்று தனியாக இருக்க வேண்டுமே. முதுகுச் சுமைக்குள், பின் சிறிய பெட்டிக்குள் தேடினான். சிறியது. கை நழுவுகிறதோ? எண் மேலாளும் பூட்டுள்ள வேறு ஒரு பெட்டி இருந்தது. அதனுள் கண்டிப்பாக ஒரு 'பேக்' ஆணுறை இருக்க வேண்டும். அதைக் கையில் எடுத்தபோது அதன் எண் சட்டென்று நினைவுக்கு வரவில்லை. 'டிங்க் டாங்க்' அழைப்பு மணி இரண்டாவது முறையாக ஒலித்தது. ராஜநாயகம் எண் நினைவு கூர அவகாசம் வேண்டி அறையை விட்டு வெளியே வந்தான். முதல் மணி பால் பாக்கெட் ஆள் அடிப்பது. இது செய்தித்தாள் பையன் அடித்திருப்பது. அவன் அறைக்கு எதிர் அறை செல்வராணியினுடையது சிறிய அறை அந்த 'ட்யூப்ளே' வீட்டின் கீழ்க் கட்டில் இருந்தது. தாத்தா பாட்டியின் பெரிய அறை, சமையல் அறை மற்றும் வரவேற்பறையும். மங்கலான விளக்கொளியில் அம்மா உறங்கிக் கொண்டிருப்பது தெரிந்தது. அப்பா நடைப் பயிற்சிக்குப் போயிருப்பார். நான்கு பால் பாக்கெட்டுகளையும் முதலில் எடுத்து 'பிரிட்ஜ்'ஜூக்குள் வைத்தான். செய்தித்தாளை அப்படியே உணவு மேசைமீது வைத்தான். ஹால் கடிகாரம் இன்னும் அரை மணிக்குள் அவன் கிளம்ப வேண்டும் எனக் காட்டியது. 6464 சட்டென எண் பூட்டின் திறவுகோல்மனத்துள் உதித்தது. பெட்டியைத் திறக்கும்போது, வீட்டில் அவன் அதைப்

பூட்டும் பழக்கமே இல்லை என்பதும் நினைவில் மோதியது. சிறிய அரக்கு வண்ணப் பெட்டி. உள்ளே தேட அதிக இடம் இல்லை. ஆணுறை இல்லை. யாரோ எடுத்துப் பூட்டியும் இருக்க வேண்டும். யார் அது? அப்பா அவன் அறைக்குள் வருவதே இல்லை. கௌதமுக்கு 14 வயதில் இந்த அளவு தைரியம் இருக்க இயலுமா? செல்வராணி கடையில் கேட்டு வாங்கக் கூச்சப்பட்டு இதை எடுத்திருப்பாளோ? சற்றே வியர்த்தது. அது உண்மையென்றாலும் ஏன் தாக்கம் செய்கிறது என்பதும் பதட்டத்தை அதிகப்படுத்தியது. நேரம் கடந்தபடியே இருந்தது. குளியலறைக்குள் புகுந்தான். அப்படி செல்வராணியும் இல்லை என்றால்? வீட்டுக்கு வெளியே யார் என்னும் கேள்விக்கான விடையைத் தேட அவனுக்கு இந்த மாதிரியான ஒரு இக்கட்டான நேரம் போதாது. ஆனால் விடை தெரிந்தே ஆக வேண்டும். இன்னும் சில மணிகளில் நடத்த வேண்டிய பயிற்சி வகுப்பின் மீது மனதை திசை திருப்பினான். காரை அவனிடமிருந்து வாங்கி மீண்டும் வீட்டில் விட வந்த அலுவலகத்து ஓட்டுனர், “பிரியா மேடம் இப்போதான் சார் அர்ரைவல்லே இருந்து கிளம்பினாங்க,” என்றான் பேச்சுவாக்கில். பிரியா எப்படி இவ்வளவு பிஸி? அவளுடன் கடைசியாக தனிமை எப்போது என சிந்திக்க முயன்றவன் கவனத்தை கைபேசி கலைத்தது.

ஜொனாதன் ஸ்மித்துக்கு ராஜநாயகம் என்னும் இந்திய வியாபார ஆலோசகனின் சின்னஞ்சிறிய மின்னஞ்சலில் தேவையற்ற ஒன்று இருப்பதும், தேவையான ஒன்று இல்லை என்பதும் தென்பட்டன. விமான நிலையத்தில் இருந்து எழுதுகிறேன் என்றால், அது பற்றி எனக்கென்ன? விரிவான பதில் கூறாமல் இந்தியப் பயணிகளின் விடுமுறை தினங்கள், ஆஸ்திரேலியாவில் அவர்கள் ருசிக்குப் பொருந்தும் தலங்கள் பற்றி தனக்கு நன்றாகத் தெரியும் என்றும் பதில். முழு வணிக சாத்தியங்களை முன் வைத்தால் என்ன குறைந்து விடும்? தொலைபேசியில் அழைத்தால் என்ன? செயற்கைக் கோள் தொலைபேசியை முதலில் கால்சராயில் தேடினான். இல்லை. முதுகுப் பையில்? இல்லை. என்னதான் ஆகி இருக்கும். டார்ஜிலிங்கில் மீண்டும் விடுதிக்குப் போவது இந்த ஹார்லி டேவிட்சன் சக்திக்குக் கூட

சவாலானதே. என்னமாய் வளைத்து நெளித்து ஓட்டுகிறான்கள் இந்த இந்திய ஓட்டுனர்கள்? இடிக்கிற மாதிரி வந்து இறுதியில் நகர்த்துவதில் என்ன இத்தனை முனைப்பு? மாட்டுக்கறியும் பாஸ்தாவும் கொஞ்சம் எஞ்சி இருக்கும் தட்டை ஒரு கையில் எடுத்து மறு கையால் முதுகுப் பையை மாட்டிக் கொண்டு, உணவகத்தின் சுற்றுப்புறம் இருக்கும் திறந்த வெளி இருக்கை ஒன்றில் வந்து அமர்ந்தான். நான்கு மணிக்கே விடிந்து விட்டதால் சூரியன் நன்கு மேலெழும்பி இருந்தது. மலைச்சரிவில் பசுமையும் இடைப்பட்ட சாலைகள் எறும்பு வடிவத்தில் தென்படும் ஆட்களும் வாகனங்களும் மேகங்களால் மறைக்கப் பட்டு, மேகம் விலகியதில் கண்ணில் பட்ட காட்சி நெஞ்சை அள்ளியது. சாட்டிலைட் கைபேசியை மறந்த சூழல் நினைவுக்கு வந்தது. க்ளைர் ஒப்புக்கு நலம் விசாரித்து விட்டு, தன் மன அழுத்தத்தைத் தனிமை அதிகரிக்க வைப்பது பற்றி ஸ்மித் ஏன் கண்டு கொள்ளவே இல்லை என்று வினவி இருந்தாள். அவள் நியூசிலாந்து பயணக் குழுவுடன் போயிருக்கும்போது என்ன அழுத்தம் வேண்டிக் கிடக்கிறது என்பதை போட்டா உடைக்க முடியும்? அதில் வந்திருக்கும் கருணாகரன் எனும் இந்தியன் மிகவும் கருணையுடன் தியானம் எல்லாம் சொல்லித் தந்திருக்கிறான். "அவன் ஆஸ்திரேலியப் பிரஜைதான். அவனோடு நட்பாயிருக்கிறேன். உன் உடைமைகளை நீ எப்போது வேண்டுமானாலும் வந்து எடுத்துக் கொள்ளலாம்," என்று கணக்கை முடித்து விட்டாள். குளியலறையில் வெகுநேரம் அதைத் திரும்பத் திரும்பப் படித்தவன் கைபேசியை அங்கே உள்ள மதுபானத் தட்டின் மீது வைத்து அப்படியே மறந்து விட்டான்.

தென்னிந்தியாவில் கிளை அலுவலகம் வைக்கலாமா என்னும் முடிவை டெல்லியில் பிரதிநிதி அலுவலகம் வைத்திருக்கும் சந்தீப் ஷர்மாவிடமே விட்டிருக்கலாம். இதை வேறு ஆள் ஆலோசனை செய்து தரப் போகிறான் என்றதும் அவன் நிம்மதியாகி விட்டான். தனது ஹார்லி டேவிட்சன் வண்டியை இரவல் தந்தது தவிர ஷர்மாவிடம் உற்சாகம் தரும் எதுவுமே இல்லை. தனது நிறுவனம் இந்தியருக்கான ஆஸ்திரேலிய சுற்றுலாவோடு

மனம் நிறைவாகக் கூடாது என்றே ஸ்மித் நினைத்தான். அதிலும் இந்தியர்களின் வழிகாட்டுதலை வழிமொழிய நான் எதற்கு? ஸ்டான்போர்டில் தான் பெற்ற எம்பிஏ அதற்காக அல்ல. இந்தியாவில் ஆஸ்திரேலியர் சுற்ற இடங்களைத் தேர்ந்தெடுக்க தான் முன்னெடுக்கும் திட்டமாகவே டார்ஜிலிங், பாங்காக்கை அவன் இரு சக்கரத்தில் சுற்ற முடிவெடுத்தான். உணவகத்தைச் சுற்றி வண்ண வண்ண ரோஜாச் செடிகள். ஏழெட்டு இதழ்கள் கீழே விரிய நடுவில் மகரந்தத்துடன் சிரிக்கும் மஞ்சள், ஊதா, வெள்ளை ஆர்சிட் செடிகளை அவனால் அடையாளம் காண இயன்றது. ஒரு பூங்கொத்து போலப் பெரிதாய், நெருக்கமான இதழ்களை விரிக்கும் சிவப்பு வண்ணப் பூவின் பெயர்தான் தெரியவில்லை. உணவக சிப்பந்தி அதன் இந்தியப் பெயர் ‘லாலி குரான்’ என்றான். டிஷ்யூவால் கை, வாயைத் துடைத்துக் கொண்டான். சிப்பந்திக்கு ‘டிப்ஸ்’ கொடுத்ததும் பில்லை பத்திரப்படுத்தினான். இதன் தொலைபேசி எண் நாளை வணிகரீதியாகப் பயன்படலாம். மதியத்துக்குள் பாங்காக் சென்றுவிடலாம். ஹார்லி டேவிட்சன் வண்டி பொத்தான் அழுத்தியதும் புறப்படவில்லை. பல முறை அழுத்தினான். பின்னர் ‘சோக்’ பட்டனைப் பிடித்து இழுத்து அதைக் கிளப்ப முயன்றான். முடியவில்லை. இறுதியாக வலது கால் பக்கம் இருக்கும் ‘இயக்கி ஷாப்ட்’ மீது பலங்கொண்ட வரை உதைத்தான். ஒருமுறை இருமுறை பலமுறை. 4 டிகிரி குளிரிலும் வியர்த்ததுதான் மிச்சம். வண்டி கிளம்பவில்லை.

தனக்குப் பின்னால் இருக்கும் ஜன்னலில் இருந்து யூனூஸ் அஹ்மது தன்னை வேவு பார்த்துக் கொண்டிருக்கிறான் என்பது ராமநாதனுக்கு தெரியும். ராஜநாயகம் பங்களாதேஷில் இருந்து எப்படி ஒரு கறார் கந்தசாமியைப் பிடித்தான்? நேற்று இரவெல்லாம் ‘ஆம்வே டிஸ்டிபியூட்டரிடம்’ வரும் மாதம் என்ன சரக்கு தேவை என்பதை மனைவியுடன் அமர்ந்து முடித்து இப்போது ‘இண்டெண்ட்’ ஒவ்வொரு ஐட்டத்துக்கும் தயாராகிக் கொண்டிருக்கிறது. நுனி நாக்கில் இங்கிலீஷ் பேசும் பெண்ணை இந்த யூனூஸ் விட்டுவிடுவான். அவள் இன்று நூறு கஸ்டமரிடம் பேசினேன், பத்து தேறும் என்று சொல்லி விட்டு ஐந்து மணிக்குக்

கிளம்பி விடுவாள். (கஸ்டமர் பெயரில் அவளுக்குத் தனியறை, ஏசி!). யூனுஸ் தங்குவதே குடோனில்தான். திடீரென ஆபீஸில் தென்படுவான். முதலில் வேவு பார்த்துவிட்டுப் பின் அருகில் வந்து பேசுவான். பங்களாதேஷில் இருந்து எடுபிடி மட்டுமே வருவார்கள் முன்னெல்லாம். கையடக்க டைரியை வைத்து இவன் என்ன வித்தை காட்டுகிறான்? அதில் கிட்டத்தட்ட விற்ற சரக்கு, வர வேண்டிய சரக்கு எல்லாக் கணக்கும் உத்தேசமாக இருக்கும். கம்ப்யூட்டரில் தான் போடுவதோடு அது சரியாக வரவில்லை என்றால் தோண்டித் துருவி விடுவான். அவன் கணக்கு எப்படித்தான் சரியாக இருக்கிறதோ.

மைலாப்பூரில் ராயர் உணவகத்தின் ருசி தெரிந்தவர்கள் குறைவே. மெய்யப்பன் தோசையை அனுபவித்து சாப்பிட்டுக் கொண்டிருந்தார். கச்சேரி ரோடின் வாகன இறைச்சலோ இல்லை வாயை விஞ்சி அசை போட்ட அவரது மனமோ இல்லை இரண்டுமோ எதிரில் ஒருவர் வந்து அமர்ந்ததை அவர் கவனிக்கவே இல்லை.

“மெய்யப்பா... நான் வந்து அஞ்சு நிமிஷமாச்சு,” என்றார் நீள மூக்கு, புட்டிக் கண்ணாடிக்குப் பின் குழி விழுந்த கண்கள். ராமச்சந்திரனேதான்.

“ஹலோ சார்,” என்று இடது கையை நீட்டினார் மெய்யப்பன். “நான் உனக்கு சீனியர். உன் ரிடையர்மெண்ட் பார்ட்டிக்கு வரலேனு கோவிச்சாலும் பழசையெல்லாம் மறக்காதே.”

“என்ன சார் நீங்க? ஒரே வெகிகிள் சத்தம் அதான். என்ன சாப்பிடறீங்க?”

“எனக்குப் பொண்டாட்டி சமையலிலேருந்து ஏதுப்பா விடுதலை? ஒரு காபி மட்டும் சொல்லு. உன் நம்பரை விட்டுட்டேன். இந்தப் பக்கம் போறப்பவெல்லாம் ராயர் ஹோட்டல்லே எட்டிப் பாப்பேன். உன் கிட்டே ஒண்ணு கேக்கணும் மெய்யப்பா.”

“சொல்லுங்க சார். அடியேன் என்ன செய்யணும்?”

"மின்னே ஒரு தடவை ராஜநாயகம்னு ஒரு பையன் கிட்டே அஞ்சு லட்சம் கொடுத்தேன்னியே. வட்டி தர்றானா? ஏதோ பர்மா முஸ்லீம் ஒத்தனை வெச்சி அவன் ஆம்வேலே சாதிக்காறான்னியே?"

ஒரு நிமிடம் என்று கையைக் காட்டியவர் எழுந்து சென்று கையைக் கழுவி விட்டு வந்தார். "ராஜ நாயகம் எனக்கு ஆம்வே பிராடக்ட்ஸ் சேல்ஸ்மேனாத்தான் அறிமுகம் ஆனான். இன்ஃபாக்ட் அவனுக்கு ஆம்வே சைடு பிஸினஸ். இன்னிக்கிக் கூட அவன் பெரிய ஒரு கன்சல்டன்சில சீனியர் கன்சல்டண்ட். அப்போ அவன் இவ்ளோ பெரிய ஏஜென்சி எடுக்கிற நிலமைலே இல்லே. என்னை ரெகுலரா மீட் பண்றதாலே என் ரிடையர்மெண்ட் பத்தி அவனுக்குத் தெரியும். ஒரு சின்னத் தொகை போடுங்க. நான் 12% தரேன்னான். அவன் மேல ஏனோ ஒரு நம்பிக்கை. முதல் வருடம் 12% வட்டி தந்தவன் அடுத்தவருடம் அதனுடன் 5% டிவிடெண்ட் வேற கொடுத்தான்."

"முஸ்லீம் முக்கியமான ஆளான கம்பெனின்னா எப்டி சரியா வரும்னுதான் யோசிக்கிறேன். எனக்கும் இன்வெஸ்ட் பண்ற ஐடியா இருக்கு."

"டீடெய்லா சொல்றேன் சார். ராஜ் அவனை ஒரு ஹோம் அப்ளையன்சஸ் எக்ஸிபிஷன்லேதான் முதலிலே பாத்திருக்கான். அரைகுறைத் தமிழ்லே அவன் விற்பனைக்குக் காட்டிய ஆர்வம் இவனை இம்ப்ரெஸ் பண்ண, என் கிட்டே வேலைக்கி வரியானு கேட்டப்போ, தான் பர்மாக்காரன்னும் எப்டியாவது பங்களாதேஷ்லே செட்டில் ஆகணும்னும் சொல்லி இப்போதைக்கு இங்க போலீஸ் பிடிக்காதபடி ஒரு ஐடி கிடைக்குமானு கேட்டிருக்கான். அவன் குடும்பத்திலே பாக்கி பேர் எல்லாரையும் பர்மா கலவரம் காவு வாங்கிடுச்சி. ராஜ் அவனுக்கு பங்களாதேஷ்ல ஒரு கம்பெனியில வேலை செய்ற ஐடி வாங்கித் தந்திருக்கான். அந்த உதவியிலே நெகிழ்ந்த யூனுஸ் இவங்கிட்டேயே வேல செய்றான். நா ஒரு முறை ஆம்வே பிராடக்ஸ் விக்கற அந்த ஆபீஸ்ல போய் பாத்தேன் சார்.

அவன்கிட்டே பொழைக்கணும் நிலைநிக்கணும்ற வைராக்கியம் தெரியுது. ராஜநாயகம் ஆளுங்களை எடை போடறதிலே கெட்டி சார்."

"சரி. நான் முதல்லே ஒன் லாக் இன்வெஸ்ட் பண்ணிப் பாக்கறேன்," என்றார் சீனியர்.

சிட்னியில் தன் அலுவலகத்தில் ஸ்மித் வீட்டுக்குக் கிளம்ப ஆயத்தமாகிக் கொண்டிருந்தான். இந்தியாவுக்குப் போய் வந்ததும் இடுப்பில் மாட்டிக் கொள்ளும் ஒரு 'பெல்ட் நடுவே பை' அவன் பயணங்களில் துணையாகி இருந்தது. அதற்குள் தனது கைபேசி, கார் சாவி மற்றும் பர்ஸ்ஸைத் திணித்து ஜிப்பை மூடினான். முதல் டேட்டிங்கில் சில்வியாவுக்கு அது மிகவும் வியப்பளித்தது. அதை அவன் மீது மாட்டிப் பார்த்து, கையில் எடுத்துப் பார்த்துக் குதூகலித்தாள்.

காரில் அமர்ந்ததும் பின்புலம், வரைபடம் காட்டும் திரையில் 'ஷர்மாவின் மின்னஞ்சல்' என்று ஒளிர்ந்தது. அதன் மீது அழுத்தினான். "அன்பு ஸ்மித். உங்கள் விருப்பப்படி நான் ராஜநாயகத்துடன் தொடர்பு வைக்கிறேன். நான் அவர் நிறுவனத் தலைமையிடமும் பேசி விட்டேன். அவர்கள் முதலிலேயே முழுத் திட்டத்தையும் சமர்ப்பித்து விட மாட்டார்கள். ராஜநாயகம்தான் இந்த பிராஜக்ட் லீடர்.. நல்ல வியாபார மூளை. பயன்படுவார். ஹார்லி டேவிட்சன் பற்றி நீங்கள் கவலைப்பட்டபடி எதுவுமில்லை. ஸ்பார்க் பிளக்கை டார்ஜிலிங் மெக்கானிக் சுத்தப்படுத்திப்போட்டான். வேறு எதுவும் செய்து விடவில்லை. அவனுக்கு வண்டி பற்றி நல்ல அறிவு இருந்திருக்கிறது ஷர்மா."

"தம்பி, ராஜநாயகம்... கட்சி ஆபிஸ்லேருந்து பேசறேன்பா... இன்னும் ஒரு மணி நேரத்திலே தலைவரு இங்கே வந்துடுவாரு. நீங்க எங்கே இருக்கீங்க? "

"ஸார், கிளம்பிட்டேன். அரை மணியிலே அங்கே இருப்பேன்."

"சமூக ஊடகம் பத்தி எங்க யாருக்குமே அதிகம் தெரியாது. மெய்யப்பன் அவரோட குடும்ப நண்பரு. அதான் தலைவரு ஓகே பண்ணிட்டாரு."

"சார், நான் முறையா கிட்டத்தட்ட ஐநூறு பேரு கிட்டே என் ஸ்டாஃபை வெச்சிப் பேசி, சம்மதிக்க வெச்சிருக்கேன்.எலெக்சன் முடியற வரைக்கும் வீக்லி பேமெண்டுக்கு அவங்க தங்களோட வாட்ஸ் அப் குரூப்புகளுக்கு அனுப்பிச்சு அதன் ப்ரூப்ஃபை என் ஸ்டாஃப் கிட்டே காட்டுவாங்க. அனேகமும் வயசிலே பெரியவங்க. அந்தஸ்து உள்ளவங்க. பேஸ்புக்ல விவாதம் மாதிரி செய்யவும் யூத் ரெடி."

"ரொம்ப நல்லது தம்பி. தலைவருக்கிட்டயும் இதே மாதிரி விலாவாரியா சொல்லிடுங்க. அவரே உங்களுக்கு அட்வான்ஸை கேஷா தர விரும்புறாரு."

"அதுக்கென்ன சார்? வாய்ப்புக்கு நான்தான் நன்றி சொல்லணும்."

பேசி முடித்ததும் தலைவருக்கென தான் வாங்கிய பொன்னாடையை முதுகுப் பையில் தேடினான். இல்லை. காரை ஓரங்கட்டி கார் டிக்கியில் தேடினான். முக்கியமானது. எங்கே வைத்திருப்பேன்? யூசுப்பை தொலைபேசியில் அழைத்தான்.

–

கல உமி

திருப்பாதிரிப்புலியூர் பாடலீஸ்வரர் கோயில் அருகே சன்னதித் தெரு. ஈஸ்வரன் உற்சவ மூர்த்தி வீதி உலாவுக்கென நீர் தெளித்த வாசலில் விரிந்து பரந்த கோலங்கள் சாணி மெழுகிய முன் வாயில்களில் தெருவின் இருபுறமும் கண்ணைக் கவர்ந்தன. ஒரு கையில் கமண்டலம், மறுகையில் கப்பரை, இடுப்பில் ஒரு முழமோ என ஐயம் கொள்ள வைக்கும் சிறிய காவி வேட்டியே இடுப்பு வஸ்திரமும் கோவணமுமாய், தாடி, கருப்பும் வெள்ளையுமான ஜடா முடியுடன் மார்பில் நிறைய ரோமம், இவை போதாதென செக்கச் சிவந்த கண்களுடன் ஒரு துறவி நடந்து வந்தார். சன்னதித் தெருவில் பெரிய திண்ணை உள்ள ஒரு வீட்டின் முன் நின்றார். 'ஹரஹர மகா தேவ்' என்றார் ஒரு முறை. பின்னர் சற்றே உரத்த குரலில் ஹர ஹர மகாதேவ் என்றார் மேலும் இரு முறை. அந்த விட்டின் முன் வாயிலில் உள்ள பெரிய தேக்குக் கதவு சற்றே ஒருக்களித்துத் திறந்தது. வெளியே சென்னிறமாய், பட்டு மடிசார் கட்டில் இருந்த நடுவயது மாது எட்டிப் பார்த்தார் "சுவாமி வர்ற நேரம். அப்புறம் வா", என்றவர் கதவை மீண்டும் சார்த்தினார்.

தெருவின் நட்ட நடுவே நின்றிருந்த சாமியார் முன் வாயிற் கோலத்தை மிதித்தபடி, அந்த வீட்டின் படிகளில் ஏறினார். கமண்டலம் மற்றும் கப்பரையை திண்ணை மீது வைத்தவர்

கதவருகே சென்று நின்றார். அரச இலை அளவுக்கு வினாயகர் உருவம் பதித்த ஒரு செப்புத் தகடு ஆணியால் முன் வாயிற் கதவின் மீது திருஷ்டி பரிகாரமாகப் பொருத்தப் பட்டிருந்தது. அதை வலது கையில் ஒரே இழுப்பில் பிடுங்கி எடுத்தார். மறுபடி தெரு மத்தியில் நின்றார். இதற்குள் நாதஸ்வர மேள தாளத்துடன் தெருவுக்குள் ஈஸ்வரனின் சப்பரம் நுழையவே இந்த வீடு உட்பட எல்லா வீட்டுக் கதவுகளும் திறந்தன. இன்னும் நூறு இரு நூறு அடிகள் தாண்டி ஊர்வலம் வந்தால் துறவி நகர வேண்டி இருக்கும். துறவியின் இடுப்புக் காவி வேட்டியின் மேற்புறமாக இடுப்பின் இரு பக்கம் தொங்குவதாய் இரண்டு துணி முடிச்சுகள் இருந்தன. அவற்றுள் இடது முடிச்சை அவர் ‘செப்புத் தகடு வினாயகரை’ வலது கையில் இரு விரல்களுள் இடுக்கி, மீதி விரல்களால் சற்றே அவிழ்த்தார். உள்ளே சில பச்சிலைகள் காய்ந்து பொடியும் நிலையில் இருந்தன. அவற்றுள் சிலவற்றை உருவினார். இடது கையில் செப்புத் தகட்டை வைத்து, வலது உள்ளங்கைக்குள் பச்சிலைகளை வைத்து, கையை மூடித் திறந்து அவற்றைப் பொடி ஆக்கினார். பின்னர் அந்தப் பொடிக்குள் இந்தத் தகட்டை வைத்துக் கொண்டு, திண்ணைக்கு அருகே வந்தார்.

திண்ணையில் நின்று எட்டிப் பார்த்தபடி இருந்த, அந்த வீட்டின் வெவ்வேறு வயது நிலையிலுள்ள பெண்களும் பயந்து வீட்டுக்குள் நகர்ந்தனர். இடது கையால் கமண்டலத்தை எடுத்து அதிலிருந்து சில துளி நீரை வலது கை மீது ஊற்றினார். பின்னர் கையை நெற்றி அருகே கொண்டு சென்று முணுமுணுப்பாய் சிறு மந்திரம் ஒன்றை ஓதினார். மீண்டும் கமண்டலத்தைத் திண்ணை மீது வைத்தார். தெரு நடுவே சென்று வலது கை உள்ளங்கையை விரித்தார். செப்புத் தகடு தங்கமாகி வெய்யிலில் பளபளத்தது பல வீட்டுத் திண்ணைகளிலிருந்து தெளிவாகத் தெரிந்தது. ஓங்கி அதை வீட்டுக்குள் வீசினார். அது ரேழியைக் கடந்து நான்கு புறம் ரேழி சூழும் முற்றத்தில் விழுந்து மின்னியது. திண்ணை அருகே வந்தவர் கமண்டலத்தையும் கப்பரையையும் கையில் எடுத்துக் கொண்டு மேற்சென்றார்.

அவருக்குப் பின்னாலேயே வந்து கொண்டிருந்த உற்சவரின் சப்பரம் தமது வீட்டைக் கடக்கும்போது பக்தியுடன் அணுகி அர்ச்சனை செய்து கும்பிட்ட பின் அந்தணர் ஒவ்வொருவராக அதன் பின்னேயே நடந்து சித்தர் கால் பட்ட வீட்டின் முன் குழுமினர். சற்று நேரத்தில் தெருவின் அத்தனை அந்தண ஆண் பெண்கள் அங்கே கும்பலாய்க் குழுமி விட்டனர். அந்த வீட்டின் தலைவர் கட்டுக் குடுமி, நெற்றி தோள் முன் கை என எங்கும் விபூதியாய் பஞ்சகச்ச வேட்டியுடன் திண்ணைக்கு வந்து, “நமஸ்காரம். என்ன தேவரீர் எல்லாம் இந்தப் பிராமணன் கிருகத்துக்கு வந்திருக்கேள்,” என்றார்.

“என்ன ஓய், அந்த சன்யாசி உம்ம வீட்டு செப்புத் திருஷ்டித் தகட்டைத் தங்கமாக்கிட்டானே. அது அதிசயமில்லையோ?”

“தங்கமா? சற்றே இருங்கோ, காமாட்சி அதை எடுத்துண்டு வா.”

மகள் பெயரைச் சொல்லியே அவர் மனைவியை அழைப்பார்.

துணைவியார் அந்தத் தகட்டைக் கொண்டு வந்து அவரிடம் நீட்டி விட்டுப் பின்னகர்ந்தார். “அதிசயமாத்தான் இருக்கு,” என்றவர், “ஒரு ஆசாரிய வெச்சு உரசிப் பாப்போமா?” என வினவினார்.

“போஷூ , கோமோ வேச்சு? என் ஆயுசுல இந்த மாதிரி குளிர நான் பிரான்ச்ல கண்டதில்லை,” என்ற பால் அகஸ்டின் சட்டென்ற உற்சாகத்துடன், “பிறகு என்னதான் ஆனது லூகாஸ் மதாம்?” என்றான்.

“வேறென்ன? பொற்கொல்லர் வந்தார். தம் தோளில் சுமந்து வந்த சிறு துணி மூட்டையில் இருந்து ஒரு உறைகல்லை வெளியே எடுத்தார். அந்தத் தகட்டைக் கல்லின் மீது உராசிப் பார்த்தபின் ‘சொக்கத் தங்கம்’ என்றார். நாங்கள் புதுச்சேரியில் இருந்து படகு வழியே கடலூர்த் துறைமுகத்தில் இருந்து இந்தப் புராதன ஊருக்குக் கட்டை வண்டியில போய் இந்தக் கோயில் விழாவைப் பார்த்தோம். வீட்டுக்குள் எங்களை அனுமதிக்க மாட்டார்கள் என்பதால் அவர்களது கடவுளின் சிலை ஊர்வலத்தின் பின்னேயே தெருவில் சென்ற படி இருந்தோம்.”

“பின்னர் என்ன ஆனார் அந்தத் துறவி?”

“கொளுத்தும் வெயிலில் அதற்கு மேல் நாங்கள் அங்கே நிற்கவில்லை. கிளம்பி விட்டோம். ஆனால் உனது இதே கேள்விதான் ஆர்தரைத் துளைத்தபடியே இருந்து இன்று அவன் சொல்லாமல் கொள்ளாமல் இந்தியா செல்லுமளவு துணிந்து விட்டான்.”

“எப்படி மதாம் அவன் இந்தியா செல்ல இயலும்?”

அவனுக்கு இப்போது 25 வயது ஆகி விட்டது என்பதை நீ மறந்து விட்டாயா அகஸ்டின்? இருபதாம் நூற்றாண்டு தொடங்கி ஒன்பதாண்டுகளும் ஒருண்டோடி விட்டன. அவன் தனது அப்பா தந்தங்கள், மிளகு மற்றும் தோல் இறக்குமதி செய்யும் கப்பல்காரர்கள் பற்றித் தெரிந்தவன், அவர்கள் உதவியுடன் நமது ஆட்சியில் இருக்கும் புதுச்சேரிக்குச் சென்று விட்டான். துறைமுகத்தில் இருந்து ஒரு கடிதத்தை மட்டும் அனுப்பினான். அவன் அப்பா லூகாஸ் பக்கவாத்தில் படுத்த படுக்கையாயிருக்கும்போது என்னை இது எந்த அளவு பாதித்திருக்கும் என்று நினைத்துப் பார் அகஸ்டின்.”

“மதாம், எந்தக் கத்தோலிக்கருக்கும் அவர் புனித பைபிள் மீது செய்த உரைகளாகட்டும் அல்லது டிரைஃபஸ் விடுதலையை எதிர்த்த ஆணித்தரமான வாதங்களாகட்டும், அவர் போல ஒரு ஈர்ப்பான பேச்சாளர் அரியவரே. எங்கள் அனைவரின் பிரார்த்தனைகளும் அவர் விரைவில் குணம் அடையவே. நீங்கள் என்னை அழைத்த காரணம் இப்போதுதான் எனக்குப் பிடி படுகிறது.”

“ஆம் அகஸ்டின், உன்னால் எங்கள் ஆர்தரை பாண்டிச்சேரியில் தேடி இங்கே அனுப்ப இயலுமா?”

“ராணுவ வீரனால் முடியாது என்று எதுவுமே இருக்கக் கூடாது, மதாம். அவனை அனுப்பி வைப்பது என் பொறுப்பு.”

ஆண்டையன் அர்லோக் அழைத்துச் சென்ற வீடு பாண்டிச்சேரியின் ஈஸ்வரன் கோயில் தெருவில் இருந்தது.

முன்புறம் வெண்ணிறத் தூண்கள், அதைக் கடந்ததும் உள்ளே கூடம் அதன் பின் ஒரு முற்றம், அதன் பின்னே சிறிய கூடம், பின் கட்டுக்கான கதவு இவற்றைத் தாண்டியதும் வந்த மாடிப் படிகளில் ஏறி அவர்கள் மொட்டை மாடியில் கால் வைக்கும் போதே புகையிலையுடன் சேர்ந்த வேறு ஒரு வாடையும் புகையும் ஆன சூழலில், தலையில் வெள்ளை முண்டாசு, இடுப்பில் பஞ் சகச்ச வேட்டி, மேலே கருப்புக் கோட், விசித்திரமாய் டை இருக்க வேண்டிய பகுதியில் வெள்ளைத் துணி பெரிய மீசையுடன் விசித்திரமான தோற்றத்துடன் ஒருவர் இருந்தார். “வாருங்கள் அர்லோக்,” என தெளிவான பிரெஞ்சு மொழியில் வரவேற்ற அவர், “தரையில் அமர வேண்டும். சிரமமென்றால் நான் நின்று கொள்கிறேன். நீங்கள் என் ஆசிரியர் அல்லவா?”

“இல்லை சுப்ரமண்யா. இது ஆர்தர். ஆர்தர், இவர் சுப்ரமண்யா தமிழ் மொழியில் கவிஞர். சிறப்பாக பிரெஞ்ச் கற்றவர்”

“உங்களிடம் கற்றேன் என்பதைச் சேர்த்துக் கூறுங்கள்,” என்ற பாரதியார், அருகே அமர்ந்த இருவரில் முதலில் அர்லோக் கையைக் குலுக்கினார்.

பின்னர் ஆர்தர் கையைப் பற்றி, “தவறான ஆள் போதைக்கு அடிமையிடம் வந்து விட்டோம் என நினைக்கிறாயா?”

“அப்படியெல்லாம் இல்லை”

“நான் சொந்த மண்ணில் இருந்து துரத்தப் பட்டு இங்கே அடைக்கலம் ஆனவன். அந்த அழுத்தம் தாங்க முடியாதபோது அரிதாய் போதை கை கொடுக்கும். சுதந்திர வேட்கையில் விழித்திருப்பவன் நான். போதைக்கு அடிமையானவன் இல்லை.”

சற்று நேரம் அனைவரும் மௌனித்தனர். ரசவாத சித்தரைத் தன் பெற்றோர் பார்த்ததில் இருந்து துவங்கி அவரைப் பற்றித் தெரியுமா என வினவினான் ஆர்தர்.

“நான் சமீபத்தில் சந்தித்த ஆன்மீக குரு, துறவி எல்லாமே அரவிந்தர்தான். நீங்கள் தேடும் சாமியாரை நான் சந்தித்ததே இல்லை.”

“என் தாயிடம் கூடச் சொல்லிக் கொள்ளாமல் திடீரென வந்து விட்டேன். நான் தோல்வியோடு போனால் அவரை எப்படி சந்திப்பேன்?”

“ஆர்தர், பலவேறு மன்னர்களின் பிரஜைகள் நாங்கள். எல்லோருமே பிரிட்டிஷாரிடம் அடிமை ஆகி விட்டார்கள். இருந்தும் நாங்கள் விடுதலை வேட்கையில் பின்னடையவே இல்லை. உங்கள் தேடலின் தீவிரம் உங்களுக்கு வழிகாட்டட்டும்.”

பவுர்ணமி அன்று மகாகாலேஷ்வர் திருக்கோயிலில் எப்படியும் தனலட்சுமியின் சதிராட்டம் உண்டு என்று இரும்பை கிராம மக்களுக்குத் தெரியும். அவர்களுக்கு சிவப்புத் தொப்பியும், நீல நிற நீண்ட மேற்சட்டையும், சிவப்பு நிறக் கால்சராயுமாக முதல் வரிசையில், அவருக்காக மட்டும் வர வழைக்கப் பட்ட நாற்காலியில் அமர்ந்திருந்த வெள்ளைக்கார சிப்பாயைக் காண வியப்பாயிருந்தது. அவரிடம் போய்ப் பேச யாருக்கும் தைரியமில்லை. அவர் அருகே வெளியூர் ஆள் ஒருவன் காதில் குசுகுசுவென அவ்வப்போது பேசிக் கொண்டிருந்தான். அவன் பெயர் சிவமணி என யாரோ கூறினார்கள்.

பால் அகஸ்டினுக்கு ஒரு சிறிய கல்லின் மீது குச்சியால் தட்டும் நட்டுவாங்கம், மிருதங்கம் மற்றும் புல்லாங்குழல் வாசிப்போர், நடனத்துக்கான பாடலைப் பாடுபவர், அவர் அருகே ஹார்மோனியம் வாசிப்பவர் அனைவருமே அதிசயமாகத் தெரிந்தனர். அவர்கள் எப்படி இசையை தம்முன்னே ‘நோடெஷன்’ தாள் வைக்காமல் வாசிக்கிறார்கள் என்பது மிகவும் வியப்பாக இருந்தது. பவுர்ணமியின் ஒளியைத் தவிரவும், கோயிலின் முன் வாயிலின் அருகே அமைக்கப் பட்ட மரத்தால் ஆன மேடையைச் சுற்றிலும் கல் தூண்கள் மீது பருத்தித் துணிக்குள் பஞ்சு வைத்த உருண்டைத் திரிகள் பெரிய வெளிச்சம் காட்டின.

நீல வானம் தனில் ஒளி வீசும்
நிறைமதியோ உன் முகமே கண்ணா

என்னும் பல்லவிக்கு மெல்ல உயர்ந்து இருபக்கம் சீராக நளினமாக

விரியும் தன் இரு கைகளால் தனலட்சுமி அபினயித்தபோதும், நிறைமதியோ எனத் தன் முகத்தை வலது கையால் சுற்றி முகம் முழுதும் மெல்லப் பரவும் புன்னகையுடன் கண்களை விரித்துக் காட்டிய பாவத்திலும் பால் தன்னுள் ஒரு மலர் மொட்டவிழ்வது போன்ற ரசனையை உணர்ந்தான்.

"வானத்தையும் நிலவையும் தானே அவர் குறிப்பிடுகிறார்?" என்று மொழிபெயர்க்க உடன் வந்திருக்கும் சிவமணியை வினவ, "எப்படி துரை கண்டுபிடித்தீர்கள்?" என அவன் பாராட்டினான். மேடையின் விரிவெங்கும் சுழன்று சுழன்று ஆடிய தனலட்சுமியின் இயக்கத்தின் சீரான வேகம் அவனைத் திணற அடித்தது.

நதிக்கரை ஓரத்திலே யமுனை

நதிக்கரை ஓரத்திலே என இருமுறை பாடல் வரிகள் ஒலிக்க மேடையில் நீள வாக்கில் கைகளால் அலைபோல அபினயித்து, நீள் நதியின் நடையைக் காட்டுவது போல இரு புறமும் மாறி மாறி மெல்லச் சாய்ந்து நடந்தபோது, வெள்ளைத் தோல் அல்லாத ஒரு பெண்ணைத் தான் இவ்வளவு ரசிப்பது இப்போதுதான் என அவன் உணர்ந்தான்.

நதிக்கரை ஓரத்திலே யமுனை
நதிக்கரை ஓரத்திலே அன்று ஒரு
நாள் இன்னேரத்திலே அன்றலர்ந்த நறுமணமலரோ மலரிதழோ உன்மதிமுகமென்றதும்
மதிமயங்கி வசமிழந்த என்னிடம் மனமிறங்கி அருள்புரிந்து சென்றதும்
மறவேனே

மலர் மொட்டமிழ்வதை உள்ளங்கையைக் குவித்து மெல்ல மெல்ல விரித்து விரல்களில் தனலட்சுமி காட்டிய லாவகம், 'மதிமயங்கி வசமிழந்த என்னிடம்' எனும்போது முகமெல்லாம் பரவிய நாணம், கிறங்கிய பாவத்தில் தலையை மிக நளினமாகச் சாய்த்து மீண்டு, பின் 'அருள் புரிந்து' எனும்போது கண்களில்

காட்டிய தெய்வீக பாவமும் மாறி மாறி வந்த கலைத் திறனும் அவன் இதுவரை கண்டிராதவை.

நாட்டியம் முடிந்ததும் 'பால்'லின் விருப்பப்படி சிவமணி தனலட்சுமியை அழைத்து வந்தான். "உங்கள் நாட்டியம் சதிர் என அறிந்தேன். இதை நான் கலைகளுக்குப் புகழ் பெற்ற பாரிஸ் நகரில் கூட கண்டதில்லை. பாண்டிச்சேரியில் எங்கள் படை வீரர்களும் மற்றும் பாரிஸில் உள்ள எங்கள் மேடைகளிலும் நீங்கள் ஆட வேண்டும்." சிவமணி மொழிபெயர்த்ததும் அதைக் கூர்ந்து கேட்ட தனலட்சுமி நடராஜர் வடிவ முத்திரைக்கு சில நொடிகளில் மாறி, பின்னர் கால்களைப் பழையபடி வைத்துத் திரும்பி, கோபுரத்தைக் காட்டி வணங்கி, "அந்த நடராஜன் கோயில் தவிர வேறு எங்கும் ஆட மாட்டேன். இது உங்களுக்குத் தெரியுமே," என்றாள்.

பிரெஞ்சில் கேட்டதும் பால்லின் முகம் வாடியது. சில கணங்கள் யோசித்தபின், "சமூகத்தில் உங்கள் நிலை முன் போல இல்லை என்று அறிகிறேன். எங்கள் நாடு கலைஞர்களைக் கொண்டாடும். மறுபடி யோசியுங்கள்."

சிவமணியின் இந்த மொழிபெயர்ப்புக்கு அவள் கண்ணீர் மட்டுமே பதிலாக இருந்தது.

பாண்டிச்சேரியின் வெயிலும் வெப்பமும் ஒன்றுமே இல்லை போல இருந்தது. திருவண்ணாமலை மிகவும் வெப்பமாக இருந்தது. மொழி பெயர்ப்பாளர் அந்த ஊரின் மலை மீது ஏற்றி அழைத்துச் சென்றது இன்னும் கொடுமை. ஒரு குகை அருகே நின்றவர் அதன் உள்ளே எட்டிப் பார்த்து, "இவரை தரிசனம் செய்து கொள்ளுங்கள்" என்றார் அரைகுறை பிரெஞ்சில்.

"இவர் ரசவாதம் தெரிந்தவரா?"

"இல்லை. பெரிய ஞானி. இவர் பெயர் ரமணர்." ஆர்தர் எட்டிப் பார்த்தான்.

அவர் மீது கரப்பான் பூரான் எனப் பல ஜந்துக்களும் ஊர்ந்து கொண்டிருந்தன. எந்த நினைவுமே இல்லை. ஆழ்ந்த தியானத்தில் இருந்தார் அவர். தன் வயதை ஒத்தவராகத் தெரிந்தார். “இப்படி தியானம் இருப்பது எதற்காக?”

“அவர் நம்மைப் போல் அறியாமையில் மூழ்கி இருக்க விரும்பவில்லை. எது உண்மையோ அதை உணரத் தவமிருக்கிறார்.”

ரசவாதம் தவிர எல்லாவற்றையும் பற்றி இந்தியர்கள் பேசுகிறார்கள். “ரயிலுக்கு இன்னும் எவ்வளவு நேரம்?” என்றான் ஆர்தர்.

“இனி நாளை மதியம்தான் ரயில் வரும். உங்களுக்கு நான் தங்குவதற்கு ஒரு சத்திரம் காட்டுகிறேன்,” என்றான்.

“காலையில் பொது இடத்தில் கழிக்கச் சொல்வீர்களா?” என்ற ஆர்தரிடம், “இந்த ஊரில் ஒரு சில இடங்களில் கழிப்பறை கட்டிடத்துக்கு உள்ளேயே உண்டு. இந்தச் சத்திரம் மேல்ஜாதி யாத்திரிகர்கள் தங்குவது,” என்றான்.

திரும்பத் திரும்ப அரிசிச் சோற்றையே காட்டும் அந்த ஊர் அலுப்படித்தது. இரவு மொழிபெயர்ப்பாளன் வைரவன் ரொட்டியும் கோழிக்கறியும் கொண்டு வந்தான். ஆனால் கோழிக்கறியில் காரம் அதிகம். கண்ணில் நீர் வந்து விட்டது. பெரிய அகல் விளக்குகளை ஏற்றி வைத்திருந்தார்கள். சத்திரத்தில் அந்த தீபங்களை நோக்கி நிறைய பூச்சிகளும் வந்தன. தரையில் அமர்வது தரையில் படுப்பது என இந்தியர்களுக்கு என்ன சாகச வேலையெல்லாம் எளிதாகக் கை வருகிறது!

ஆர்தருக்கு மன வருத்தம் அதிகமாகிக் கொண்டே வந்தது. நாளை ரயில். ஒரு வாரத்துக்குள் கப்பல். பின்னர் பிரான்ஸ். பால் அகஸ்டின் என்னும் போர் வீரன் தான் வீடு திரும்புவதை அம்மாவுக்கு ஏற்கனவே தெரியப் படுத்தியும் விட்டான். தேடி வந்தது கிடைக்காது என்பது எவ்வளவு துக்கம் தருவது.

தொண்டையை செருமியபடி பைரவனுடன் ஒருவர் வந்தார்.

“இவரால் பிரான்சுக்கு ஏற்றுமதி செய்ய பொருட்கள் ஏற்பாடு செய்ய முடியுமாம்.”

ஆர்தர் பதில் ஏதும் கூறவில்லை. “ரசவாத சித்தர் பற்றி நீங்கள் கேள்விப்பட்டிருக்கிறீர்களா?” என்றான்.

“அவர் திருவண்ணாமலைக்கு சமீபத்தில் வந்தார்,” என்றார் வியாபாரி.

“இப்போ எங்கே இருப்பார்?”

“அவர் திரிந்து கொண்டே இருப்பவர். நீங்கள் கோயிலுக்கு வருபவர்களிடம் கேட்டுப் பாருங்கள்,” என்றார். தமது முகவரியை மறக்காமல் அவனிடம் கொடுத்தார்.

அண்ணாமலையார் கோயில் மிகப் பெரியதாக இருந்தது. பைரவன் விசாரித்த யாருக்கும் எதுவும் தெரியவில்லை. மதியம் என்ன வெய்யிலானாலும் ரயிலில் ஏறி விடுவது என முடிவெடுத்தான். குளக்கரையில் அமர்ந்தான். பொத்தான்கள் இல்லாத கைத்தையல் போட்ட ஒரு மேற்சட்டை, குடுமி, நான்கு முழ வேட்டியுடன் ஒருவர் ஐம்பது வயது சுமார் அருகில் அமர்ந்து பொரியை குளத்தில் மீன்களுக்கு இரைத்துக் கொண்டிருந்தார். பைரவன் அவரிடம் ஏதோ பேசினான். பிறகு ஆர்தரிடம், “இப்போ பஞ்சமில்லையா? இவர் ஒரு விவசாயி. ஊரிலேயே இருந்தா அவருக்கு ரொம்ப மனச்சங்கடம். அதான் கோயில் குளமெல்லாம் போய் வரார். அவருக்கு ரசவாத சித்தர் இருக்கும் இடம் தெரியுமாம். அது மலை என்பதால் தினமும் போய் பார்த்து அவருக்குப் பழம், குடிக்கத் தண்ணீர் கொடுத்து விட்டு வருவாராம்.”

“என்னது? தெரியுமாமா?” “பைரவன்.” அவர் கிட்டே ஏன் இவர் தங்கமா பித்தளையை மாத்துகிற வித்தையைக் கேட்கவே இல்லை. இவர் மட்டுமில்லே. வேற யாருமே ஏன் கேக்கலே? அவரு என்ன திருப்பாதிரிப்புலியூர் தாண்டி எங்கேயுமே

ரசவாதம் செய்ய மாட்டாரா?” இதையெல்லாம் விவசாயியிடம் கேட்டான் பைரவன். “பின்னர் அவரை நீங்க பார்த்தப்புறம் இதுக்கு பதில் சொல்லறேன்கிறாரு.”

ரமணர் இருந்த இடம் அளவு உயரம் இல்லை என்றாலும் குகை மலையில் மறுபக்கம் என்பதால் மாட்டு வண்டியில் போய் முதுகே உடையும் போலிருந்தது. சாலைகளே இல்லாமல் எப்படி வாழ்கிறார்கள்?

ஒரு குகையின் வாசலில் பலரும் அமர்ந்திருந்தார்கள். ஆண்கள். பெண்கள். பெரிதும் நடுவயதினர். குகை பெரியது. அகலமாய் வெளிச்சம் தெரியும் படியானது. ஒரு மூலையில் சம்மணமிட்டு எலும்பும் தோலுமாய் அமர்ந்திருந்தார் அவர். தன் கையில் கொண்டு வந்திருந்த ஒரு மண் குடுவை நிறையத் தண்ணீர், வாழை, கொய்யா ஆகிய பழங்களையும் அவர் முன்னே வைத்தார். “குரங்கு எதுவாவது வந்து எடுத்துப் போகாதா?”

“பகலில் ஒருவர் இரவில் ஒருவர் இங்கேயே இருப்போம். அவர் தியானம் கலைந்து கண் விழித்தால் உடனே கொடுப்போம்.”

“அவரிடம் யாராவது பேசி இருக்கிறார்களா? அவர் எப்போது தியானம் விழிப்பார்?”

“பல நாட்களுக்கு ஒரு முறைதான் அவர் கண் விழிப்பார். நிரந்தர மௌனி என்றே கூறுகிறார்கள் அவர் யாரிடமும் பேசுவதே கிடையாது. ஹரஹரமகா தேவ் அப்டின்னு தியானத்துக்கு முன்னே, அது கலைஞ்சதும் சொல்லுவாரு. வேற எதுவும் பேச மாட்டாரு.”

“அப்போது ஏன் அவரோடு இருக்கிறீர்கள்? ரசவாதம் பற்றி நீங்கள் தெரிந்து கொள்ளவே போவதில்லையே?” பைரவன் தொடர்ந்து மொழிபெயர்த்தபடியே வந்தான். விவசாயி பதில் கூறவில்லை. “எதற்காகத் தான் அவரோடு இப்படி இரவு பகல் இருக்கிறீர்கள்?”

“ரசவாதத்துக்காக யாருமே அவரோடு இருக்கவில்லை,” என்றார் விவசாயி. பைரவன் மொழிபெயர்த்தான்.

“பின்னே ஏன்தான் இந்த ஊமையோடு இருக்கிறீர்கள்?” கத்தி விட்டான் ஆர்தர்.

சாமியார் தியானம் கலையவில்லை. ஏனையர் அவனைப் பார்த்து உதட்டின் மேல் விரலை வைத்து, “சத்தம் போடாதே,” என சமிக்ஞை செய்தனர்.

சில நொடிகள் கழித்து விவசாயி, “கலம் உமி தின்னா ஒரு அவிழ் தட்டாதானுதான்,” என்றார். அதை பைரவனால் மொழிபெயர்க்க முடியவில்லை.

–

புழக்கம்

காரின் பின்னிருக்கையில் இருந்த மூவரும் ஓர் அதிர்வால் திடுக்கென்று குலுங்கிக் கண் விழித்தார்கள். பெரியசாமி அப்போது ஆழ்ந்த கனவில் இருந்தார். கனவிலும் கூட மாப்பிள்ளை எப்படித் தன்னுடன் அதே காரில் பயணிக்கிறான் என்று ஒரு சந்தேகம் எழத்தான் செய்தது. கார் உள்ளே விளக்கு எரியாததால், உடனே நேரம் என்ன என்று பார்க்க முடியவில்லை.

'கஸ்மாலம்' என்றார் ஓட்டுனர் நடராஜன். மாலை போடாமல் இருந்தால் இன்னும் மோசமாகத் திட்டியிருப்பார். இடது பக்கம் ஒரு டீக்கடையில் நல்ல வெளிச்சம். 'நான் அடிச்சாத் தாங்க மாட்டே' எனும் சினிமாப் பாட்டு பேரோசையா அடித்தது.

ஒரு 'ஓம்னி பஸ்' காரை மறித்தது போல சாலையைக் கடக்க முயன்று கொண்டிருந்தது. பின்னிரவிலும் திருச்சி மதுரை சாலையில் அந்த ஓம்னி பஸ் நகர முடியாத அளவு லாரிகளும் பேருந்துகளும் விரைந்து கொண்டிருந்தன. இவ்வருடம் பொங்கல் விடுமுறை ஒரு வாரத்துக்கு நீண்டதால் இவ்வளவு பேருந்துகளோ.

நடராஜன் ஒலிப்பானை அழுத்தி எழுப்பிய சத்தம் பெரியசாமியின் தூக்கத்தை முற்றிலும் கலைத்து விட்டது.

நடராஜனுக்கும் பொறுமைக்கும் வெகு தூரம். மாலை போடும் போது கூட குருசாமி முதலில் அவனுக்குத் தான் கட்டி விட்டார். பெரியசாமியை சிலர் கிண்டலடிப்பார்கள். "சாமி, நீர் இவ்ளோ சீனியரா இருந்தும் நடராஜனுக்கு பயந்தே குருசாமி ஆகாம வுட்டுட்டீரோ."

ஒரு வழியாக ஓம்னி பஸ் சாலையைக் கடக்க நடராஜன் கியரை அடுத்து அடுத்து மாற்றி வேகம் கூட்டினார். எதிரே தொடராய் வண்டிகள் திருச்சி நோக்கி விரைந்து கொண்டிருந்தன. நடுவே சிமெண்ட் சுவரால் தடுப்பு இருந்ததால் கண் கூசும் அளவு அவற்றின் முகப்பு விளக்கு ஒளி வண்டி மீது அடிக்கவில்லை.

"நடராஜன் சாமி, மதுரை வந்துடுச்சா?" என்று பேச்சுக் கொடுத்தார். "திண்டுக்கலே இன்னும் தாண்டல சாமி. பஸ்ஸூம் லாரியும் இவ்ளோ ஜாஸ்தியா நா எதிர்பாக்கலே. ஸ்பீடே எடுக்க முடியல," என்றார். "எங்கினையாவது டீ காப்பிக்கு நிறுத்தும். எவ்ளோ நேரமா ஓட்டிரிரூ. எங்கேயாவது போடுங்க நடராஜன் சாமி," என்றார் குருசாமி. "உமக்கு இப்போ காபி வேணும் பெருசு. எனக்கும் டாய்லெட் போணும்."

திண்டுக்கல் நெருங்கும் முன் ஒரு உணவகத்தில் கார் நின்றது. ஐந்து ரூபாய் தலைக்கு வாங்கிய கழிப்பிடம் மோசமில்லை. பெரியசாமி காபி குடித்த பின் அதைக் குடிக்காமலேயே விட்டிருக்கலாம் என்று கழிவிரக்கம் கொண்டார். இரவு மணி மூன்று. கண் எரிந்தது. காரில் ஏறியது பயணப் பைக்குள் இருந்து கைபேசியை எடுத்துச் சோதித்தார். வடிவுக்கரசியிடமிருந்து மூன்று 'மிஸ்ட் கால்'. மாப்பிள்ளை கனவில் வந்த போது மகள் நிஜத்தில் கூப்பிட்டிருக்கிறாள். அழைப்பு நேரம் 12 மணி ஒரு மணி என்று இருந்தது. தலை மாட்டில் வைத்திருப்பாள். கை தவறிப் பட்டிருக்கலாம்.

என்னதான் ஆகியிருக்கும்? வடிவு ஏன் அகாலத்தில் அழைத்தாள்? அவள் எண்ணை அழைப்பதற்கு மதுரை வரை காத்திருந்தார். மதுரைக்குள்ளேயே போகவில்லை. தேனி நோக்கிப் போய்க் கொண்டிருந்தது. முதல் முறை அவள் எடுக்கவில்லை.

இரண்டாம் முறை அழைத்தபோது அவள் எடுக்கும் நேரம் பார்த்து நடராஜன், “மறியல் அது இதுன்னு நாம போற நேரம் பாத்து எதுவும் நடக்காம இருக்கணும்,” என்று பேச்சைத் துவங்க அங்கே வந்து இடைஞ்சல் செய்யும் பெண்களை கடுமையாக பயணி 2 சாட, பயணி 3 வழி மொழிய இவர் அழைப்பைத் துண்டித்தார்.

அவள் அழைத்த போதும் துண்டிக்க வேண்டியதாயிற்று. காரசாரமாய் சபரிமலைக்கு வரப் பார்க்கும் பெண்களை எல்லோரும் சாடிக் கொண்டிருந்தனர். தேனியில் காரை விட்டு இறங்கிப் பேச முடிவெடுத்தபோது கைபேசியின் ‘பேட்டரி’ காலி ஆகி இருந்தது.

இன்னும் ஒரு நாள் தான். பிறகு பொங்கல் நிகழ்ச்சி என்று தொலைக்காட்சித் தொடர் எதுவுமே வராது. என்ன கதை என்று பார்க்கலாம் என்றால் பேரன் அவ்வப்போது வந்து ‘ரிமோட்’டைப் பிடுங்கிக் கொள்கிறான். இதெல்லாம் போதாதென்று வடிவு அப்பா போனையே எடுக்கவில்லை என்று அரற்றுகிறாள். எந்த ஆம்பிளை வெளியே கிளம்பும்போது சொல்லிக் கொண்டு போகிறான்? இவள் அப்பன் என்னிக்காவது செய்திருக்கிறானா? ஐயப்ப மாலை பூஜை இருமுடி எதையும் மறைக்க முடியாது. இல்லையென்றால் அதுவும் தெரியவே வராது. பிளாஸ்டிக் சப்ளையில் தங்கச் சங்கிலி வாங்கித் தந்தவன் தானே? இப்போது மாமனார் வீட்டில் வேலை வெட்டி இல்லாமல் உட்காரப் பிடிக்காமல் கிளம்பி விட்டான். இவள் தினமும் வேறு வேலைக்குப் போ என்று பிடுங்குவது ஒன்றே போதாதா?

“யம்மா... இவன் டெபிட் கார்ட் கிரெடிட் கார்ட் மட்டும் மறக்காம எடுத்துப் போயிருக்கான்,” என்று சமையலறையில் நுழைந்து விட்ட இடத்தில் இருந்து துவங்கினாள்.

“நான் அவன அப்டிப் போகச் சொல்லல தாயீ. என்னை உட்டுரு,” என்று பெரிய கும்பிடு போட்டு அடுப்பை அணைத்து விட்டு தன் அறைக்குள் போய்க் கதவை சார்த்திக் கொண்டார் அம்மா.

சென்னையில் நண்பர்களோடு குடித்துத் தான் பழக்கம். பிளாஸ்டிக் பைகளை கடைகளில் சேர்ப்பித்து விட்டு, மாலைக்கு மேல் சைதாப் பேட்டை டாஸ்மாக் வந்து விடுவான். கூட இருந்து குடிக்க ஒருத்தன் இருந்தாலும் போதும். துவங்கி இரவு எட்டு மணி வரை குடிப்பான். பிறகு வாசனை அடங்க என்று ஒரு மணி நேரம் கழித்துத் தான் வீட்டுக்குப் போவான். எட்டரை மணி வரை நண்பர்களோடு ஏகப்பட்ட அரட்டைகள்.

ஆனால் இப்போது திருச்சியில் நேரெதிராக அவன் நண்பன் மனோகரன் கண்ணில் தென்பட்டதால் டாஸ்மாக் பாரில் அமராமல் நகர்ந்தான். வாங்கிய சரக்கை எடுத்துக் கொண்டு சிவன் கோயில் பக்கமாக நடந்தான்.

மகிழ மரம் மேலை வாசல் மதிலை ஒட்டி உயர்ந்து நின்றது. அதன் கீழே யாருமில்லை. நன்றாக இருட்டி விட்டதால் மக்கள் மரத்துக்குக் கீழே வரவில்லை. அங்கே அரை இடுட்டு வேறு. 'வாட்டர் பாக்கெட்' விற்பனை நின்றது கூடத் தனக்கு நினைவில்லாது வியப்பாயிருந்தது. மரத்தடியிலேயே ஒரு ஓரமாக பாட்டிலை வைத்து விட்டு மேல வீதி தாண்டி கடைத்தெருவுக்கு வந்தான்.

தேரடியில் நின்று எதிர்ப் பக்கம் மாடி வீட்டைப் பார்த்தான். இன்னும் அந்த மாடி போர்ஷன் அப்படியே தான் இருந்தது. ஜன்னல் மூடி இருந்தது. அப்போது விளக்கு எரியாமல் சன்னல் சின்னதாகத் திறந்திருக்கும். அவன் சைக்கிளில் முன்னே பின்னே போய் வந்தபடி இருப்பான். அனேகமாக இரவு எட்டு மணியை ஒட்டி அறையில் விளக்கு எரியும். அவள் பூ முகம் எட்டிப் பார்க்கும். அதிக பட்சம் இரண்டு நிமிடங்கள் தான். இருவரும் ஏகப் பட்ட புன்னகைகளைப் பரிமாறிக் கொள்வாகள்.

அப்போது அவன் கல்லூரியில் நுழைந்த காலம். அப்பா காலம் ஆவார் படிப்பை விட்டு விடுவோம் என்றெல்லாம் தெரியாது. ஒரு நாள் கோயிலில் எதிர்ப்பட்டாள். அவன் பேச முற்பட்டதும், "கோயில் வாட்டமா இருக்காது," என்றாள். அவள் பள்ளிக்கூட வாசலில் காத்திருந்தபோது புன்னகையின் துணுக்கு ஒன்றை வீசி விட்டுத் தோழிகளுடன் பள்ளி வாகனத்தில் ஏறிக் கொள்வாள்.

ஒரு நாள் அதிசயமாக மாடியிலிருந்து ‘மேலே வா’ எனக் கையசைத்தாள். அதிர்ச்சி. இன்ப அதிர்ச்சி. படியேறி மூச்சு வாங்க வாங்க மேலே போனான். அவள் பெற்றோர் வீட்டில் இல்லை. அருகில் இன்னும் சிவப்பாக அழகாகத் தெரிந்தாள். அவள் தனது குழந்தைப் பருவத்துப் புகைப் படங்களைக் காட்டினாள். அடுத்த வருடம் அவள் எஞ்சினீயரிங் படிக்கப் போவதாகக் கூறினாள். அவனுக்கு தேநீர் கொடுத்தாள்.

கைபேசி சிணுங்க, பேசி விட்டு, “உடனே கிளம்பு, அப்பாம்மா வர்றாங்க,” என்றாள். வாயிற் கதவருகில் வந்ததும் அவளை இழுத்து முத்தமிட்டான். தொலைபேசி எண் கேட்டான். தொலைபேசி ஆபத்து என்றாள். அம்மா சோதனை போடுவாள் என்றாள். சில மாதம் இதே சன்னல் புன்னகைதான்.

பின்னர் ஒரு நாள் கீழேயே இரு என்று சைகை காட்டி விட்டுக் கீழே வந்து, “அடுத்த மாதம் படிக்கப் போகிறேன் பிலானிக்கு,” என்றாள். அது டெல்லியிலிருந்து பக்கமாம். அவள் விடுமுறைக்கு வரும் முன்னே அப்பா காலமானார். அப்பாவின் சென்னை நண்பர் இரங்கலில் உத்திரவாதம் தந்தது போலவே ‘பிளாஸ்டிக் பாக்கெட் சப்ளை’ வேலை வாங்கிக் கொடுத்தார்.

கடைவீதியை நெருங்கியதும் மோட்டார் சைக்கிளின் பின்புலக் கண்ணாடியில் தன் முகத்தைப் பார்த்தான். மீசையில் அங்கங்கே நரை. உயரமாய் அரும்பு மீசையுடன் இதே தெருவில் விடலைச் சிறுமிகளின் ஓரப் பார்வை, வெட்கச் சிரிப்பு எல்லாம் கிடைத்தது நினைவுக்கு வந்து போனது. நாளைக்கு மனோகரனைப் பார்க்கப் போகும்போது தாடியை மழித்து விட்டுப் போக வேண்டும். மனோவுக்கு டெயிலர் ஆகும் ஆசை அவனுடைய சித்தப்பாவைப் பார்த்து வந்தது. அப்பாவின் எதிர்ப்பை மீறிக் கற்றுக் கொண்டான். நாளை முதல் அவன் வாத்தியார். இந்த ஊரில் நிறைய துணிப்பை போகும் என்றால் முதலாளி அல்லது கூட்டாளி. தண்ணீர் பாட்டில் வாங்கும்போது தான் குடிக்க பிளாஸ்டிக் டம்ளர் புழக்கத்தில் இல்லை என்பது நினைவுக்கு வந்தது. சிறிய எவர்சில்வர் டம்ளர் போதும்.

மகிழ மரத்தின் அடியில் மதுவை உறிஞ்சும்போது தனியே குடிப்பது தண்டனை போல இருந்தது. மனோகரனே டாஸ்மாக்கில் இன்னேரம் குடித்துக் கொண்டுதான் இருப்பான். அவனோடு குடிக்க என்ன தயக்கம் என்பதுதான் உள்ளே உறுத்திக் கொண்டே இருந்தது. என்ன ஆனது எனக்கு ?

பழைய சைதாப் பேட்டை, காரணீஸ்வரர் கோயிலை ஒட்டிய பகுதியில் மஞ்சள் கொத்து, இஞ்சிக் கொத்து, தோரணம், சிறிய மேளம் என தெருவோரக் கடைகள் நெருக்கி அடித்துக் கொண்டிருந்தன. வண்டியை ‘சப் வே’ தாண்டிதான் வடிவு நிறுத்தி இருந்தாள்.

சதீஷுக்கு அந்தக் கடைகள் மிகவும் வேடிக்கையாயிருந்தன. ‘ஹலோ சதீஷ்’ என்ற குரல் பரிச்சயமாயில்லை. நிமிர்ந்து பார்த்தாள். சதீஷைக் காலையில் பள்ளிக் கூடத்தில் விடும்போது பார்த்திருக்கிறாள். ‘ஹாய் அங்கிள்’ என்றான். “ஐ யாம் லாவண்யாஸ் ஃபாதர்.” அடிடாஸ் டீ ஷர்ட், ஜீன்ஸ் ஷு என மிடுக்காக இருந்தார். “உங்க ஒய்ஃ வரலியா? வீடு எந்தத் தெரு? எங்க வீடு வெஸ்ட் மாம்பலம். இந்தப் பக்கம் வந்தேன். அப்டியே இதையெல்லாம் வாங்கிடலாமினு.”

“எங்க வீடு வெஸ்ட் சைதாப் பேட் திருவள்ளுவர் தெரு.”

“தெரியும்.”

“அப்டியா? உங்க கிட்டே பை இல்லையே? பிளாஸ்டிக் பை இப்போ தர மாட்டாங்களே.”

“என் வண்டியிலே இருக்கு. போய் எடுத்துக்கிறேன். கூட்டத்திலே உங்க அழகான முகம் தனியாத் தெரிஞ்சிது. அதான் கண்டுபிடிச்சேன்.” “பை மேடம்”. “பை சதீஷ்.”

குழந்தை கையசைத்தான். நாணத்தில் வடிவின் முகம் சிவந்தது. முகம் முழுதும் மெல்லிய மகிழ்ச்சிப் புன்னகை பரவியது.

மகிழ மரத்தடியில் சற்று நேரம் தூங்கிவிட்டான். கைபேசி எழுப்பியது. அம்மா. “என்னடா உன் அண்ணன் அண்ணி

எல்லாம் தூங்கிட்டாங்க. உனக்கு சாப்பாடு போடத்தான் காத்திருக்கேன், வா."

அவன் மௌனமாகச் சாப்பிட்டான். "நீ எப்ப கிளம்புவேனு உன் அண்ணி கேட்டுச்சி. இத்தினிக்கும் அவங்களுக்கு அவசரத்துக்கு அப்பா பணத்தை பாங்கிலேருந்து எடுத்துக் கொடுக்கும்போது நீ கொடுத்ததா சொல்வேன்."

"ஒரு வாரத்துக்குள்ள இங்கேயா சென்னையானு எங்கே துணிப்பைப் புழக்கம் அதிகம் ஆர்டர் எடுக்குறது ஈஸினு தெரிஞ்சிடும். அப்டியே இங்க இருந்தாலும் மேன்ஷனுக்குப் போய்ருவேன்."

"ஏண்டா... இந்த ஊருனு பேசறே. சென்னைக்கிப் போயி புள்ளே குட்டினு குடும்பமா இருடா."

"உனக்கெல்லாமே சொல்றதுக்கு ஈஸிதாம்மா."

மனோகரின் கடை சின்னக் கடைவீதியில் இருந்தது. அவனுடைய சித்தப்பா கடை பெரிய கடை வீதியில். பள்ளிப் படிப்புக் காலத்தில் இங்கே ஒரு வாழை இலைக் கடைதான் இருந்தது. சிறிய கடை. பெரிய திண்ணை. மரக்கதவுகள் மீது 1, 2, 3 என எண் போட்டிருக்கும். அவற்றை ஒவ்வொன்றாய் கட்டம் போலச் சுற்றி இருக்கும் இரும்புப் பட்டிக்குள் பொருத்திக் கொண்டே வந்து குறுக்கே ஒரு பெரிய இரும்புப் பட்டையைப் போட்டு அதன் முனையில் இருக்கும் கொண்டியில் பூட்டிட வேண்டும். கடையைத் திறந்தால் 'ஷட்டர்' போட்ட கடை போல ஒரு வெக்கையும் வீச்சும் அடிக்காது. மனோகரன் அதை மாற்றவே இல்லை.

திண்ணையில் அமர்ந்தான். கடைவீதியில் போவோரில் சில பழைய நண்பர்கள், அவர்களின் பெற்றோர் நின்று பேசி விட்டுப் போனார்கள். மகன் சதீஷ் நினைவு வந்தது. அவன் படிப்புக்கு பைசா சம்பாதிக்காமல் பாசமாக நினைத்து என்ன பயன்?

மனோ வந்ததும் இருவரும் ஒவ்வொரு மரப் பட்டையாக எடுத்து கடையைத் திறந்தார்கள். அஞ்சுக்கு அஞ்சு சிறிய கடை.

மனோ தனது தையல் எந்திரத்தை சக்கரங்களால் உருட்டி திண்ணைக்குக் கொண்டு வந்தான்.

நிறைய பழைய செய்தித் தாள் கொண்டு வந்திருந்தான். அவற்றுள் ஒன்றைத் திண்ணயில் பரத்தித் தன் கையில் இருந்த நீல சோப்புத் துண்டால் 'ஸ்கேல்' வைத்து நான்கு வெவ்வேறு அளவிலான சதுரங்களை இட்டான்.

"இதை நீ பிசிறில்லாம வெட்டிப் பழகு. பிறகு பழைய துணியிலே. அதுக்குப்பின்னாடிதான் புதுசு. ஆரம்பத்தில ஒரு கை மெஷின் போதும். பிறகு என்னைப் போல பவர் மெஷின் ஓட்டலாம்."

முதல் நாளை விட இன்று சகஜமாயிருப்பதுபோல இருந்தது. முதல் நாளே தன் சித்தப்பாவிடம் பேசி சப்ளையில் தனக்கு உள்ள அனுபவத்தை வைத்துத் தொழில் தொடங்கலாம் அவர் ஒப்பினால் என்று ஒரு கோடி காட்டி இருந்தான். இப்போதைக்கு சதுரம் கற்றாக வேண்டும். அவ்வளவுதான்.

மகர ஜோதி தரிசனத்துக்காக குளியல் முடித்ததும் பெரியசாமி குருசாமியிடம், "ராத்ரியே கிளம்பறோம். இந்த ஈரத்து துண்டே காயப் போடவும் வழியில்ல. பெட்டியில வெச்சா மிச்சதெல்லாம் ஈர வீச்சமடிக்கும்," என்றார்.

குருசாமி தனது பெட்டியில் இருந்து துணிக்கடையில் தரும் பெரிய அளவு பிளாஸ்டிக் பையை எடுத்தார். "இதுக்குள்ளே போடும் பெரிசு. புழக்கத்துக்கு இதான் வசதி."

–

கச்சிதம்

ட்ரம்ப் பாரீஸிலிருந்து ஐம்பது கிமி தூரம் போய் அமெரிக்காவுக்காக உயிர் நீத்த போர் வீரர்களுக்கு அஞ் சலி செலுத்தப் போகாமல் இருந்ததற்கு மழையைக் காரணம் காட்டிய செய்தி ஊடகங்களில் தீயாகப் பரவிய அதே நேரம், நிஜக் காட்டுத் தீ கலிபோர்னியாவின் மலைக் காடுகளில் கண்டபடி பரவிக் கொண்டிருந்தது.

மரியா அவென்யூ, எல்காமினோவுக்கு இடைப்பட்ட இடத்தில் இருக்கும், சன்னிவேலின் ஆந்திர பவன் காலை பத்து மணியாகியும் இன்னும் சுறுசுறுப்படையவில்லை. அதன் விழா அரங்கில் கவிதா சுவரை ஒட்டிய சிறு மேடையின் நாற்பக்கமும் சுமார் நான்கடி உயரக் கம்பிகளை வைத்தாள். அந்தக் கம்பிகள் அவற்றுக்கான வளையங்களில் கச்சிதமாகப் பொருந்தின. ஒவ்வொரு கம்பி மீதும் இருபது முப்பது பலூன்களைக் கொத்தாக மாட்டி வந்தாள். அவள் கணவன் கோமதி நாயகம் சுவரில் சின்னஞ்சிறு குழந்தைகளின் புகைப் படங்களை ஆணி அடிக்காமல் ஒட்டும் பட்டியை வைத்துப் பொருத்திக் கொண்டிருந்தான். 'பேபி ஷவர்' ஆட்கள் வர இன்னும் ஒரு மணி நேரம் இருந்தது.

"அப்பாவும் நம்மோட வந்திருக்கலாமே?" என்றான்.

“அவர் அடுத்த வருஷம் ‘ஆல் இண்டியா டேபிள் டென்னிஸ் அஸ்ஸோஸியேஷன்’ செக்ரடாரி பதவிக்குப் போட்டி போட்டு ஜெயிக்கிற திட்டம் வெச்சிருக்காரு. அவர் கவனமெல்லாம் அது மேலே தான்,” என்று கவிதா பதிலளித்தாள் தலையை நிமிர்த்தாமலேயே.

அவள் மனதுக்குள் தன் அப்பா சம்பந்தத்தை காலையில் இருந்து தொடர்பு கொள்ள முடியவில்லையே எனும் கவலை.

ராஜீவ் காந்தியை மனித வெடிகுண்டுப்பெண் கொன்றாள் எனும் செய்தி கேட்டதும் சென்னையே ஸ்தம்பித்தது. அனேகமாக யாருமே வெளியே வரவில்லை. ஆனால், கிழக்குக் கடற்கரைச் சாலை, சென்னையில் நீலாங்கரையில் ‘ஈசிஆர் டேபிள் டென்னிஸ் அகாடமி’க்கு இருவர் வந்திருந்தார்கள்.

இரவு மணி ஏழு. பல விளையாட்டு மேஜைகள் மரச்சட்டங்களில் வெளிர் பச்சை நிற மேற்புறம். அதன் மையத்தில் நீல நிறத்தில் அரை அடி உயர வலை. பெரிய கூடத்தில் பத்து மேஜைகள் ஒவ்வொன்றுக்கும் இடையே பத்து அடி இடைவெளி. 50 அடி உயரச் சுவர் மேலே கூரை. மங்கலாகத் தெரிகின்றன யாவும். வெளியே மழை. மின்சாரம் தடை பட்டு ஒரே ஒரு அவசர கால விளக்கு கூடத்தின் ஒரு மூலையில் எரிந்து கொண்டிருக்கிறது. நீள்வாக்கில் உள்ள இரு பக்க சுவர்களில் ஒன்றின் மீது இரு மேஜைகள் நடுவே வைக்கப்படும் திரை மாட்டிய இரும்புச் சட்டங்கள். ‘ஸ்டாக்’ எனும் நிறுவன விளம்பரம் அவற்றின் மேல். இன்னொரு பக்கச் சுவரை ஒட்டி சின்னஞ் சிறிய பெஞ் சுகள். வரிசையாக சுவரின் நீளத்தில் பத்தடி போக எல்லாமே பெஞ்சுகள். மீந்த பத்தடியில் பெரிய சோபா. அதை அடுத்து, முன் வாயிற் கதவு. நிறைய குழந்தைகளும் இளைஞர்களும் பந்து மேஜையில் தரையில் மோதும் ஒலி இடையறாது கேட்கும் அந்த இடம் வெறிச்சோடி இருக்கிறது.

முப்பது வயது இளைஞன் அந்த பெஞ்சுகளுள் ஒன்றில் அமர்ந்திருந்தான். அவனுடன் நெருங்கி அமர்ந்து அவன் தோள் மீது சாய்ந்திருந்தாள் இருபது வயது இளம் பெண். அவன்

அவளை முத்தம் இடுகிறானா என்பது இருளில் சரியாகத் தெரியவில்லை.

சம்பந்தம் வழக்கம் போல் ஐந்தரை மணிக்கெல்லாம் விழித்து விட்டார். காலைக் கடன் முடித்து ஆறு மணிக்கு நடைப் பயிற்சி செல்லத் தயாராகி விட்டார். மில்ப்ரே நகரில் பார்ட் இரயில் நிலையத்துக்கு எதிர் குடியிருப்பு அது. ஆறு மணிக்கெல்லாம் மகள்மருமகன் தூக்கம் கெடாத படி கதவை மெல்லச் சார்த்தி விட்டு நான்கு மாடியும் நடந்தே இறங்கி விடுவார்.

'பார்ட்டு' ரயில் நிலையத்துக்கும் அவர்கள் குடியிருப்புக்கும் இடைப் பட்ட எல்காமினோ நெடுஞ்சாலையில் இறங்கி வலது கைப் பக்கமுள்ள 'சிக்னலை'க் கடந்தால், அதிலிருந்தே மில்ப்ரே முடிந்து, பர்லிங்கேம் நகர எல்லை துவங்கி விடும். சிக்னலை ஒட்டியுள்ள வளாகத்தில் 'லக்கி ஸ்டோ'ரைக் கடந்து சென்றால், அடுத்து வருவது மில்ஸ் உயர் நிலைப் பள்ளி, அதை ஒட்டிய மில்ப்ரே அவென்யூ வழியாக அது போகிற வழியிலே போய் திரும்பினால் ஹில்க்ரெஸ்ட் அவென்யூ என்பது மலைப் பாதையின் ஒரு கட்டத்தில் வெட்டும். அதன் வழியே கீழே இறங்கினால், எல்காமினோவின் இன்னொரு முனையில் இருக்கும், 'சேஃப் வே', டிரேடர் ஜோஸ் அங்காடிகளுக்கு அருகில் கொண்டு சேர்க்கும். அவர் திரும்பி வரும்போது ஒன்பது மணி நெருங்கி விடும்.

அன்று என்ன ஆனது? அவர் லக்கி ஸ்டோர் பக்கம் போகாமல் எதிர்ப் பக்கம் எல்காமினோவை ஒட்டியே போய் விட்டார். எழுபது வயது என்று யாரும் சொல்ல மாட்டார்கள். அறுபதை ஒட்டி அனுமானித்தவரே அதிகம். அன்று அவர் கைபேசியைப் பார்த்ததுமே முகம் இருண்டது. அதை கால் சராய்க்குள் வைத்தவர் வழக்கமான நடைப் பயண பாதையில் இருந்து விலகி விட்டார்.

புது டெல்லி லோதி காலனி. ஆல் இண்டியா டேபிள் டென்னிஸ் அஸ்ஸோஸியேஷன் செயலாளர் எதிரே அமர்ந்திருந்தாள் ஷைலஜா. "லுக் ஷைலஜா. நீ ஏஷியாட்லே இண்டியாவை

ரெப்ரெசண்ட் பண்ணினதும், உங்க அம்மா காமாட்சி அம்பையரா இருக்கறதும் மட்டும் நீ சொல்ற ப்ரொபோசலுக்கு ஒத்து வராது" என்றார் ஹிந்தியில்.

"ஒய் நாட் மிஸ்டர் ராஜ்புத். லுக் இருபது வருஷம் முன்னே எங்கம்மாவை அவங்க கோச் பிசிகல் அப்யூஸ் பண்ணினாரு. அவரு அப்போ வெரி மச் ஆன் அக்டிவ் மெம்பர் ஆஃப் லோகல் கிளப். இப்போ அவர் உங்க பாடியிலே ஒரு எக்சிக்யூடிவ் மெம்பர். அடுத்த வருஷம் உங்க போஸ்ட்டுக்கே போட்டி போடறாரு. அப்போ அவரைப் பத்தின ஒரு கம்ப்ளெயிண்ட்டை நீங்க ஏன் எண்டர்டெயின் பண்ண முடியாதுங்கறீங்க?"

"ஷைலூ, யூ ஆர் வெல் எஜுகேடட். இருபது வருஷம் முன்னாடி ஒண்ணுக்கு உயிர் கொடுக்கணும்னா யூ ஹாவ் டு கோடு போலிஸ் ஆர்... தேர் ஈஸ் அ செபரேட் ஃபோரம் 'மீடூ'. பை தி பை அஃபெக்டட் பர்சன் காமாட்சி வரலே. நீ சொல்றது எப்டிப் போதும்?"

"நாளைக்கி அவங்க கூட வர்றேன்."

"நோ. டோண்ட் கம் ஹியர். ப்ளீஸ் அப்ரோச் மீடூ பீப்பிள் ஆர் போலிஸ்."

போன வழியை நினைவு வைத்துக் கச்சிதமாக அதே வழியில் திரும்பி வரும் சம்பந்தம் இன்று அப்படி செய்யவே இல்லை. கால் போன போக்கில் நடந்தார். முதலில் எல்கேமினோ சாலையின் நடந்தார். தாய் ரெஸ்டாரண்ட் அருகே இடது பக்கம் திரும்பி அதன் பின் புறம் உள்ள பிராட்வே சாலையில் நுழைந்து நேரே நடந்தவர் பெடெக்ஸ் அலுவலகம் அருகே மலைப் பாதையான ஒரு தெருவில் நுழைந்து மேலே நடந்தார். "சம்பந்தம். உங்களுக்கு நான் இதை அனுப்பறத்துக்கு ஒரே காரணம் தான். நீங்க காமாட்சிங்கற என்னை மறந்திருக்கலாம். மறக்காமலும் இருக்கலாம். ஆனா நான் அன்னிக்கி மழை பெஞ்ச போது நீங்க எனக்கு செஞ்சதை மறந்து விடவே இல்லை. என் மகள் கிட்டேயும் பகிர்ந்தேன். அன்று நான்

உங்களை அனுமதித்தேனா இல்லையா என்பது இப்போது எனக்கு விவாதத்துக்கு உரியதாகவே இருக்கிறது. அப்போது என் முன்னேற்றத்துக்கு நீங்கள் மிக முக்கியமானவர். எனவே எனக்கு என் சங்கடங்களை வெளிப்படுத்த வாய்ப்பே இல்லை. இப்போது நான் உயிரோடு இருக்கும் போது என் மகள் ஷைலஜா இதை முறையான புகாராக முன்னெடுக்க முடியாது. நான் அவசரப் படவும் இல்லை. ஆனால் ஷைலஜா என் தயக்கத்தால் எரிச்சல் அடைந்து ஊடகத்தில் இதை வெளிச்சப் படுத்துகிறேன் என்கிறாள். நான் உங்கள் வாய்ப்புக்கள் எதையும் கெடுக்க விரும்பவில்லை. ஆனால் ஷைலஜாவை என்னால் தடுக்க இயலாது. உங்கள் அமெரிக்க விஜயம் மகிழ்ச்சியாயிருக்கட்டும்."
மலையில் ஏற ஏற உஷ்ணம் உடலில் அதிகரித்தது. ஏதோ இடதுவலது எனக் காலை எட்டிப் போட்டார். அப்ப என்ன காலம்? எத்தனை நேரம் குடும்பத்தை விட்டு அவளை கோச் பண்ணிருக்கேன். ஆபீஸ், குடும்பம், இவளோட முன்னேற்றம்னு மூணு பக்கம் இழு பட்டிருக்கேன்.

அன்னிக்கி பேட்டை சரியாப் பிடிக்கத் தெரியாத காமாட்சி இன்னிக்கி எனக்கு மின்னஞ்சல் சவால் கொடுக்கறா. எனக்கு ஓட்டுப் போடப் போறது என்னமோ கை நாட்டுங்க மாதிரி. எல்லாம் பெரிய க்ளப் செக்ரடரிஸ், ஸ்டேட் லெவல் எக்ஸிக்யூட்டிவ்ஸ்.மொபைலை எடுத்து இந்தியாவில் உள்ள தனது வழக்கறிஞரை அழைத்தார். 'வீ கேன் ஃபைல் டிஃபெமேஷன் சூட்' என்று அவர் பதிலளிக்க மனம் உற்சாகமானார். ஆனால் பேட்டரி தீர்ந்த அவரது கைபேசி இயக்கத்தை நிறுத்திக் கொண்டது.

மதியம் மணி பன்னிரண்டு. 'பேபி ஷவர்' வந்தவர்கள் உணவு சாப்பிட்டுக் கொண்டிருந்தார்கள். கவிதாவுக்கு மிகவும் பதட்டமாக இருந்தது. அவருக்கு மருமகன் கோமதி நாயகம் அமெரிக்காவில் இருந்தாலும் கவிதா போல எஞ்ஜினீயரிங் படிக்கவில்லை என்னும் வருத்தம் இருந்தது. அம்மா நிர்பந்தத்தால் தான் அவர் திருமணத்துக்கே ஒப்புக் கொண்டார். அவர் தயங்கியதை நியாயப்படுத்துவது போல அவனும்

வேலையை விட்டு விட்டான். பல நாட்கள் தூங்காமல் இருந்து பிறகு தோழிகள் உதவியுடன் அவள் இந்தியர்களின் சமூகக் கூடுதல்களில் மேடை அலங்காரத்தைத் துவங்கினாள்.

மணி ஒன்றும் அடித்தது. கோமதி மேல் கோவித்துக் கொண்டு அப்பா நண்பன் வீட்டுக்குப் போய் விட்டாரா? இரண்டு மாதம் என அவரைக் கெஞ்சி வரவழைப்பதற்குள் மிகவும் மெனக்கெட வேண்டி வந்தது. வழக்கமாக இன்னேரம் வீட்டில் பகல் உணவு சாப்பிடுவார். வீட்டின் தொலைபேசியை அவர் எடுக்கவில்லை. அவரது கைபேசி அணைத்து வைக்கப் பட்டிருந்தது. கோமதி நாயகத்தைத் தேடினாள். அவன் காரில் இருந்து காலி பலூரங்களை எடுத்து, வேண்டும் குழந்தைகளுக்கெல்லாம் அதை ஊதி ஊதிக் கொடுத்துக் கொண்டிருந்தான்.

தாகம் மிகவும் அதிகமானது. சம்பந்தத்தால் கூகுள் மேப் பயன்படுத்த முடியவில்லை. யாரிடமும் கேட்கலாம் என்றால் மலையின் மேலே ஆள் நடமாட்டமே இல்லை. யார் வீட்டுக் கதவையும் தட்ட முடியாது. அது பெரிய அத்துமீறலாய்க் காணப் படலாம். நடைபாதையில் ஒரு மர நிழலில் அமர்ந்தார். தலை சுற்றியது.

கவிதா இதற்கு மேல் தாமதிக்க விரும்பவில்லை. 911ஐ அழைத்தாள். அப்பாவின் பாஸ்போர்ட் நகல் மற்றும் புகைப் படம் கேட்டார்கள். தனது ‘கூகுள் டிரைவ்’லிருந்து பகிர்ந்தாள்.

மணி இரண்டும் ஆகி விட்டது. அவள் கண்களில் கண்ணீர் நிறைந்தது. கோமதி அவரை மில்ப்ரேயில் தேட ஒத்துழைக்க மாட்டான். நெல்லையப்பர் அருளால் அவர் கிடைக்க வேண்டும். மூன்று மணிக்கு அவள் சோர்ந்து அமர்ந்து விட்டாள். அவள் துணியால் ஆன ஒரு நாய் பொம்மை மீது அந்த விருந்தினர் எல்லோரும் கையெழுத்துப் போட வைத்திருந்தாள். அதற்குப் பல பெண்கள் பாராட்டினார்கள்.

விருந்துக்கு ஏற்பாடு செய்தவர் குடும்பமே பலூன்களை எடுக்க, சுவரில் ஒட்டிய புகைப் படங்களை நீக்க, மேடையில் மீது

இருந்த, கம்பிகள் படுதாக்களை உருவ உதவினார்கள். கார் வரை கொண்டும் வந்தார்கள். காரின் பின் பக்க இருக்கைகளுள் ஒன்றை மடித்து கோமதி நாயகம்காரின் மையப் பகுதி இரு சாரி இருக்கைகளுக்கு இடைப்பட்ட பகுதியில் இருந்த தரை விரிப்பை விலக்கினான். நான்கு அடி நீள உருளை வடிவசிறு பள்ளம் ஒன்று சீராக அங்கே இருந்தது. ஒவ்வொருவராகக் கம்பிகளைக் கொடுக்க பத்து கம்பிகளையும் அதனுள் போட்டு மேலே விரிப்பை வைத்து மூடினான். கச்சிதமாக உள்ளே இருப்பது வெளியே தெரியாமல் உள்ளே அடங்கி விட்டது.

–

மடக்குமேசை

கதவு எண் 15 என ஓர் அழகிய 'கிரானைட்' கல் மீது செதுக்கப் பட்டிருந்தது. அதற்கு மேற்பகுதியில் காஞ்சனா இல்லம் எனும் எழுத்துக்கள் பொன்னிற உலோக வார்ப்பில் சுவர்மீது பதிக்கப் பட்டிருந்தன.

வந்திருந்த ஐந்து கார்களில் சிவப்புக் குழல் விளக்குக் கார்க் கதவு முதலில் திறக்க, அதிலிருந்து இறங்கிய காக்கிச் சீருடைக் காவலர் ஒருவர் பின் கதவைத் திறந்து 'சல்யூட்' அடித்தார். இருதோளின் பக்கமும் பல வெள்ளி நட்சத்திரங்கள், மார்பின் மீது சில மெடல்களுடன் ஒரு பெரிய அதிகாரி இறங்கினார். மற்ற நான்கு கார்களில் இருந்து சுமார் இருபது காவலர்கள் சீருடையில் இறங்கினர். அவர்களுள் ஐவர் பெண்கள். அனைவரும் அந்த பங்களாவின பத்தடி உயர இரும்பாலான வாயிற் கிராதிக் கதவின் முன் இரு வரிசையாக விரைப்பாக நின்றனர். அதிகாரி கட்டளைகளைப் பிறப்பித்து அசையாது நின்றார்.

ஒரு காவலர் வரிசையில் இருந்து விலகி நகர்ந்து வீட்டு எண்ணுக்குக் கீழே இருந்த மின்சார மணிக்கான பொத்தானை அழுத்தினார். உட்புறமிருந்து கரும் பச்சை நிறச் சீருடையில் இருந்த காவலர் தன் முகம் மட்டும் காட்டும் ஒரு சாளரத்தைத் திறந்தார், அழைப்பு மணியை அழுத்தியவர் அவர் கண்கள் அருகில் தனது அடையாள அட்டையைக் காட்டினார். காவலர் எதுவுமே பேசாமல் இரு கதவுகளையும் திறந்து விட்டார்.

சுமார் மூன்று கிரவுண்டுகளுக்கு மேல் இருக்கும் பெரிய வளாகம். முன் பக்கம் பத்து கார்களுக்கான இடம். சிமெண்டாலன நிறுத்தத்தைச் சுற்றி 'ப' வடிவில் சீரான வண்ண மலர்ச் செடிகளால் ஆன ஒரு தோட்டம். எல்லாப் பக்கமும் தோட்டத்துக்கு இருபது அடி அகலம். நான்கு தொங்கு ஊஞ்சல்கள், மர வேலைப்பாடுடைய பல இருக்கைகள். மேற்பக்கம் வண்ணக் குடைகள். கார்கள் உள்ளே நிறுத்தப் பட்டதும், இறங்கிய காவலர்களில் ஐவர் பிரதான மரக் கதவின் முன் நின்றனர். ஐவர் பின் பக்கச் சுற்றுச் சுவர் அருகே. மீதம் பத்து பேர் வரவேற்புக் கூடத்தில் பெரிய அதிகாரி ரவீந்திரனின் பின் பக்கம் வரிசையாக நின்றனர். பெரிய அளவு ஓவியங்கள். பிரதமருடன் சங்கரன் படம். சங்கரன், காஞ்சனா, மகன் பிரபு, மகள் சுமதி இருக்கும் புகைப்படம். மாடிக்குச் செல்ல வரவேற்பறையின் முடிவில் இருபுறமும் படிக்கட்டுகள்.

"மணி இப்போ எட்டு. மத்தியானம் சாயங்காலம், ராத்திரி இன்னும் எவ்ளோ நேரம் நாங்க சோதனைப் போடப் போறோம்னு தெரியாது. உங்க மொபைலை எல்லாம் இந்த டேபால வைங்க," என்று சோபாவில் கால் மீது கால் போட்டு அமர்ந்திருந்த ரவீந்திரன் ஆணையிட்டதும் இரண்டு ஆண் சமையற்காரர்கள், மூன்று பெண் வேலைக்காரிகளுள் இருவர், நல்ல உடையணிந்த ஆண் காரியதரிசி,ஒரு ஆண் தோட்டக்காரர் அனைவரும் அவரவர் கைபேசிகளைத் துறந்து பழையபடி சுவர் அருகே நின்றனர்.

"மிஸ்டர்...," என ரகு பெயரை நினைவு கூற இயலாமல் இழுத்தார்.

"ரகுராமன் சார்."

"ஃபைன் மிஸ்டர் ரகுராமன், சிசிடிவி ஓர்க் பண்ணுதா?" ஆம் என்று தலை அசைத்தார் ரகு.

"சிசி டிவி இல்லாத இடத்துலே என்னோட ஸ்டாஃ வீடியோ எடுப்பாங்க. ரைட்?"

“சார்...,” ரவீந்திரன் தொடங்கி முடிக்காமல் நின்றார்.

“என்ன மேன்?”

“ஐயாவோட லாயர் திவாகரன் வர்ற வரைக்கும் நீங்க வெயிட் பண்ணனும் சார்... ஆஃபீஸர்ஸ் யார் வந்தாலும் அதான் ஐயாவோட ஆர்டர்ஸ்.”

“ஹவ் லாங் மேன். ஐ ஆம் டிஐஜி. காத்திருக்கிற பழக்கமே கிடையாது.”

“சாரி சார்... ஹி இஸ் ஆன் தி வே. அனதர் டென் மினிட்ஸ்ல வந்திருவாரு.”

முதல்மாடியில் தன் அறையின் குளிர்சாதனத்தின் மெல்லிய ஒலி தவிர, அடிக்கடி செய்திகள் ஏற்றுச் சிணுங்கும் கைபேசி இவற்றால் பாதிக்கப் படாமல் பிரபு தூங்கிக் கொண்டிருந்தான். பெரிய அறை, குளிர்பதனப்பெட்டி, உணவு மேஜை, பெரிய குளியலறை, பெரிய புத்தக அலமாரி, ஒரு நிலைக் கணிப் பொறி, ஓர் ஆப்பிள் ‘லாப்டாப்’, இரண்டு கைபேசிகள், இருநூறு ஆடைகள் தொங்கும் உடை அலமாரி. இரண்டு முறை, மூன்று, நான்கு ஐந்து முறை ஒவ்வொரு கைபேசியும் மாறிமாறி தொடர்ந்து ஒலித்தன. இரவு மூன்று மணிக்குத் துயில் கொண்ட பிரபுவால் எழுந்திருக்கவே முடியவில்லை. ஒன்பது மணிபோலதான் அவன் எழுந்தான். மீராவிடம் இருந்து மட்டும் இருபது வாட்ஸ் அப். அவள் பல மாதங்களாகத் தொடர்பில் இல்லை.

அம்மா என்னும் தொடர்பில் காஞ்சனா ஈஃபிள் டவர் அருகே நிற்கும் புகைப்படம்.

“நம் வீட்டை ‘என்ஃபொர்ஸ்மெண்ட்’ அதிகாரிகள் சோதனை இடுகிறார்கள். கொஞ்சம் போய்ப் பார். அட்வகேட் பார்த்துக் கொள்வார். யாரையும் திட்டி விடாதே. அப்பா டெல்லியில் கட்சி எம்பிக்கள் கூட்டம் போனது உனக்குத் தெரியுமா? உன் உடம்பு எப்படி இருக்கிறது? நீ ரெண்டு நாளாக ஏன் வெளிய சாப்ட?”

இந்தியாவின் மிகப்பெரிய ஆன்லைன் பணப் பரிமாற்ற நிறுவனம் அவனுக்கு அனுப்பி இருந்த இரண்டு மின்னஞ் சல்களும் திரையின் உச்சியில் தெரிந்தன. குளியலறைக்குள் நுழைந்தவன் முதலில் மீராவின் செய்திகளைத் திறந்தான்.

“ஹாய்....”

“கொஞ்ச நாளாகவே உன்னிடம் பேச நினைத்தேன்.”

“நீ நலமா?”

“நீ ஹாக்கிங் பிராஜெக்ட்ல ஐக்கியமாகிட்டனு கேள்விப்பட்டேன்.”

“இப்போ நான் டெவ் இல்லை.”

“நான் நானே இல்ல, ஃப்ரீலான்ஸர் ஆகி விட்டேன், ஆங்கிலம் பேச எழுதச் சொல்லித் தரும் ஆசிரியை.”

“ஏதேதோ சொல்லிக் கொண்டே போவது நீ எதாவது பதில் கொடுப்பாய் என்று தான்.”

“நான் சொல்ல விரும்புவது எனக்குள் இருக்கும் ஒரு போராட்டம்.”

மேலே படிக்கும் முன் அறைக்கதவு முதலில் ஒருமுறை, பின் சில நொடிகள் விட்டு இருமுறை, பின் தொடர்ச்சியாகப் பலமுறை தட்டப்படுவது கேட்டது. வெளியே வந்தவன் சட்டை, கால்சராய் என சம்பிரதாய உடைக்கு மாறினான். கதவைத் திறந்தான். ரகுராமன்.

“சாரி சார். ஆக்ட்சுவல்லி...” அவரைக் கையமர்த்திய பிரபு, “ஐ நோ. ஹேஸ் அட்வகேட் திவாகரன் அரைவ்ட்?”

ஆம் என்று ரகு தலையசைத்ததும், “பிரிங் த ஃபோல்டிங்டேபிள்,” என்றவன் தன் ‘லாப்டாப்’பை எடுத்தபடி படிகளில் இறங்கினான். அவன் வரவேற்பறையில் தென்பட்டதும் ஓடி வந்த சமையற்காரரிடம், “கெட் மீ சம் காஃபி,” என்றான்.

எண் 15 பங்களா முன் நோஞ்சானாய் நின்றது எண் 16. கதவைத் திறந்தவருக்கு அறுபது இருக்கும் வயது. காக்கிச் சீருடை அவர் முகத்தை இருளச் செய்தது. உள்ளே வரவேற்று அவர்கள் சொல்வதை கவனமாகக் கேட்டுக் கொண்டார்.

"ஷ்யூர்... பட் ஃபுல் சர்ச்சுக்கும் நான் கூடவே இருக்கணுமா?"

"நீங்க அதை டிஐஜி சார்கிட்டே தான் கேட்கணும்."

பக்கத்து வீட்டு ராமானுஜம் உள்ளே நுழைந்ததும் பிரபுவுக்கு எரிச்சல் அதிகரித்தது. ஏற்கனவே இத்தனை காக்கி வீட்டுக்குள் இருப்பது வெறுப்பேற்றியது. லாப்டாப்பை மடக்குமேஜை மீது வைத்துவிட்டு, 'ஹாய் அங்கிள்' என்று கைகுலுக்கினான்.

"வாட்ஸ் யுவர் நேம்?"

"ராமானுஜம், யூ அண்ட் சங்கரன்ஸ் சன் பிரபு ரெண்டு பேருமே லிஸ்ட் ஆஃப் சீஸ்ட் ஆர்டிக்ள்ஸ்ல சைன் பண்ணனும்," என்றார் ரவீந்திரன்.

டெல்லி தமிழ்நாடு ஹவுஸ். சங்கரனின் அறையில் அவரைத் தவிர அவருடைய டெல்லி காரியதரிசி மட்டுமே இருந்தார்.

"தொலைக்காட்சியில் அவர் வீடுதான் திரும்பத் திரும்பக் காட்டப்பட்டது. பக்கத்து வீட்டு ராமானுஜம் உள்ளே நுழைவது அப்டேட்."

"யோவ் பெருமாளு.."

"சொல்லுங்க சார்..." என்றார் காரியதரிசி.

"நான் போன் போட்டேனு வையி... இப்போ இருக்கிற மூட்ல மெட்ராஸ் பாஷையிலே பேசிருவேன். நீ என்ன பண்ணு... பத்திரிகைத் தொடர்பாளர்னு ஒரு ஞ்...யாப்பையன் இருப்பான்ல அவன்ட்ட இன்னும் இது அரசியல் உள்நோக்கம் உள்ளதுனு ஏன் கமெண்ட் பண்ணலனு அவன்ட்ட கேளு... இங்கே ஈவினிங் ஒரு பிரஸ் கான்பரன்ஸ் ஏற்பாடு பண்ணு."

பாரிஸ் நகரின் 'யுனிவர்சிடி ஆஃப் பாரிஸ்' கருத்தரங்கில் காஞ்சனா தன் உரையைத் துவங்கினார் 'எனக்கு பிரென்ச் தெரியும் என்பதே நான் இந்தக் கருத்தரங்கில் பங்கேற்கக் காரணம். மொழியின் வலுவை, முக்கியத்துவத்தை அல்லது கையாளுவோருக்கேற்ப இலக்குக்கு ஏற்ப செயற்படும் ஆயுத இயல்பை பல தலைமுறைகள், பண்பாடுகள் அங்கீகரிக்கவே இல்லை. இதனால்தான் பெண்ணின் மொழியை, மௌனத்தை அல்லது நுட்பமான சொரணைகளை நிராகரிப்பது எளியதாக இருந்தது. நண்பர்களே, மேலும் இந்தக்கட்டுரையை நான் வாசிக்கும் முன் நாம் பெண் ஏன் தன்னை ஆணின் உலகில் பொருத்திக் கொள்ள விரும்புகிறாள் என்னும் பின்புலத்தை நோக்க வேண்டுகிறேன். அது சமாதானங்களால், ஆணின் நிபந்தனைகளுக்கு உட்பட்டதாய் இருந்த காலம் மாறிவிட்டது. கீழைநாடுகளிலும்தான். ஆனால் பெண்ணுக்காக மொழி தன்னை இளக்கிக் கொள்ளவில்லை. ஆணின் சொற்களை மையமாக வைத்தே இன்னும் இயங்குகிறோம். பெண்ணியம் பேச இந்த ஆய்வை நான் மேற்கொள்ளவில்லை. மாறாக ஆய்வின் தலைப்பு 'மொழியின் உறைநிலைக்குப் பின்'. மொழி உறைந்து போனதை, அது ஆண்பெண் சந்திக்கும் புள்ளியில் கையறு நிலைக்குப் போனதை ஒரு துவங்கு புள்ளியாக நான் காண்கிறேன். உண்மையில் மின்னணுயுகத்தின் பரிமாற்றங்கள் சொல்லப்படுபவை எந்தச் சூலில் யாரால் எந்தக் குறிப்பான இலக்கில் நிகழ்ந்தன என்பவற்றால் முடிவு செய்யப் படுகின்றன. எனவே நான் இந்தப் புள்ளியை விளக்கினால் மட்டுமே இதுவரை நாம் செய்து வந்த சம்பிரதாயமான பரிமாற்றங்களை விமர்சித்துப் புரிந்து கொள்ள இயலும்....'

"லுக்... இண்டர்னெட் வைஃபையை ஆஃப் பண்ணீட்டீங்க. என் லாப்டாப்ல பிராஜெக்டைக் கம்ளீட் பண்ணிக்கிட்டிருக்கேன். தேர் ஈஸ் எ டெட்லைன் மேன். வாட் த ஹெல் டு யூ வாண்ட்?' பிரபு எட்டிப் பார்த்த ஒரு காவலாளியிடம் இரைந்தான்.

வழக்கறிஞர் நுழைந்து, "பிரபு சார்... ஐ வில் ஹாண்டில் திஸ்," என்றார்.

சென்னை டைடல் பார்க்கின் மூன்றாம் மாடியில் இருக்கும் உணவகம். மீரா மேலே என்ன பேசுவது என்று தெரியாது நிறுத்தியபோது, சௌம்யா துவங்கினாள். “லுக் மீரா... என்னப் பார்க்க வந்தத நீ இன்சல்ட்டா எடுத்துக்காத. நான் வேலைக்கிப் போறதோ அல்லது நீ ஃப்ரீலான்ஸரா இருக்கறதோ ஜஸ்ட் சிச்சுவேஷன். ஆனா நீ சொல்ல முடியாமத் தவிக்கிறதைச் சொல்லிடறேன். நீ நினைக்கிற மாதிரி பிரபு சோஷியல் சைட்ஸ்ல ஆக்டிவா இல்லை அதனால் நீ என்ன பயப்படறியோ அவன் அதுக்கு ரொம்ப தூரத்திலே இருக்கான். அவன் இந்த நிமிஷம் என்ன பண்ணிக்கிட்டிருக்கான்னு தெரியுமா?”

“டிவியிலே பாத்தேன். அவங்க வீட்டில இப்போ ரெய்ட் போயிட்ருக்கு. டென்ஷனா இருப்பான்.”

“கரெக்ட்... அவன் டென்ஷனாத்தான் இருக்கான். ஆனா பிராஜக்ட்லே. மொபைல போலீஸ் கிட்டே கொடுக்கும் முன் எனக்கு மெசேஜ் பண்ணிட்டான்.”

“சௌம்யா நான் உன்கிட்டே சொல்லிடறேன். ஐ ரிக்ரெட்.”

“யூ ரிக்ரெட் வாட், மீரா? பீயிங் எ உமன்? ஆர் யுவர் பாஸ்ட் வித் பிரபு? மேலே சொல்றதுக்கு முன்னே ஒண்ணு தெரிஞ்சுக்கோ மீரா, நீ டீமை விட்டுப் போனதும் அவன் பர்ஃபார்மன்ஸ் ரெவ்யூல ரொம்ப மோசமான ரெவ்யூல ஜாப்லே இருந்து தூக்கிட்டாங்க. அவன் திரும்பி வர நான்தான் முயற்சி பண்ணினேன்...”

பொருள் பொதிந்த பார்வையை மீரா பதிலாக்கியதும் கடுப்பாகி விட்டாள் சௌம்யா, “நாட் வாட் யூ ஆர் இமாஜினிங்... அவன் கண்டின்யூட்டிக்காகதான் திரும்ப வந்தான். ஆனா அந்தச்சான்ஸ் அவனுக்கு ஒரு பெரிய செல்ஃ பிலீஃபைக் கொடுத்தது. இப்போ நோ லுக்கிங் பேக். நாங்க இப்போ என்ன தெரியுமா செஞ்சிக்கிட்ருக்கோம். பெய்டிங்க் த ஹாக்கர். ஆமா, ஹாக்கருக்கு ஈஸியா ஒரு டுப்ளிகேட் கிளவுட் சோர்ஸ் கிரியேட் பண்ணி முடிக்கிற ஸ்டேஜ். ஹாக்கர் நுழையும்போது கண்டிப்பா அங்கே போய் மாட்டுவான். அவனை அங்கேயே

ப்ளாக் பண்ணிடுவோம். பிரவைசி அண்ட் செக்யூரிட்டியில இது பெரிய மைல் ஸ்டோன்.”

“என் மெஸேஜசுக்கு அவன் ரெஸ்பாண்ட் பண்ணல... நான் ரிக்ரெட் பண்ணினேனு சொல்லிடறியா?”

“நீயே வெயிட் பண்ணி அவங்கிட்டே ரெயிட் முடிஞ்ச அப்புறம் சொல்லு. இஃப்யூ ஜெனுவின்லி ரிக்ரெட், யூ மஸ்ட் ஹாவ் தட் மச் கர்ட்டிஸி.”

இரவு மணி இரண்டு. தன் கைபேசிகைக்கு வந்ததும் மீராவிடம் இருந்து பதினைந்து ‘மிஸ்ட் கால்.’

எதாவது ஆபத்தா? உடனே அழைத்தான். சில ஒலிகளுக்குப் பின் எடுத்தாள். குரலில் தூக்கக் கலக்கமே இல்லை.

“ஐ ஆம் சாரி பிரபு.”

“சாரி ஃபார் வாட்?”

“நீ என்னோட வாட்ஸ்அப் பாத்தியா?”

“ம்... பாதி பாத்துக்கிட்டு இருக்கும் போதே பிடுங்கிட்டாங்க. இப்போ சொல்லேன். ஜஸ்ட் நவ் ஐ காட் மை மொபைல் பேக்.”

“நான் ‘மீடூ’ல உன்னைப் பத்திப் போட்டுட்டேன். இப்போ உங்க அப்பா மேலே பொலிடிகல் வெண்டெட்டாவுக்காக கேஸ் போடும்போது இதையும் பெரிசாக்குவாங்கனு நிறையபேர், சௌம்யா கூட ஃபீல் பண்றா.”

அவன் மௌனித்தான். சில நொடிகள பொறுத்த பின், “எனக்கு இது சென்சேஷனல் ஆகும்னு தெரியாது. ஐ ஆம் சாரி,” என்றாள் மீரா.

“டோண்ட் வொரி... எங்க லாயர் பாத்துக்குவாரு,” என்றான்.

16ம் எண் வீட்டில் மறுநாள் காலை உணவு மேஜையில், “என்னப்பா ஃபார் எ சேஞ்ச் நீ ராத்திரி ரெண்டு மணிக்கு

வீட்டுக்கு வந்தே போலே. அப்போ நான் முழிச்சிக்கிட்டிருந்தேன்," என்றான் ராமானுஜத்தின் மகன்.

"அதை ஏண்டா கேக்கற. பொலிடிசியன் பக்கத்து வீடுனா பார்க்கிங் மட்டும்தான் தெரு முழுக்க பிரச்சினையா இருந்தது. இப்போ இது புதுசு."

'என்ஜாய்ப்பா... ரிடையர் ஆகிட்டே உனக்கும் பொழுது போகணும் இல்லே'

"டேய் பிஃபோர் ஐ பர்கெட்.... அவங்க வீட்ல ஒரு ஃபோல்டிங் டேபிள் பாத்தேன். லாப் டாப் வெக்கற மாதிரி சைஸ் அதோடது. எங்கே வேணாலும் ஈஸியா எடுத்துப் போலாம். லைட் வெயிட். உயரத்தை அட்ஜஸ்ட் பண்ணிக்கலாம்."

"இப்பவே அமேசான்ல காட்டறேன். நீ சூஸ் பண்ணு. உன் மொபைலைக் கொண்டா," என்றான்.

ராமானுஜம் கைபேசியின் திரை விரிந்தது.

–

நந்தி

அமைச்சரின் அலுவலகத் தனி அறை. திடீரெனக் கதவு உட்பக்கம் தானே தாளிட்டுக் கொண்டது. கால்கள் இல்லாத தாடியும் கலைந்த தலையுமான ஓர் உருவம் அவரது மேஜைக்கு மேல் அவர் எதிரில் அந்தரத்தில் நின்றது. சில நாட்கள் முன் விவசாயிகள் போராட்டத்தில் மரத்தில் இருந்து தூக்குப் போட்டு தற்கொலை செய்து கொண்டவன். அமைச்சருக்குப் பளிச்சென்று நினைவுக்கு வந்தது. "மனசாட்சின்னு ஒண்ணு உண்டாயா உனக்கு?" என்றது உருவம்.

"இல்லே. இப்போ அதுக்கு என்ன?" என்ற அமைச்சர் மறுபடி கோப்பின் மீது கவனமானார்.

"அரசாங்கம் விவசாயிக்கி அதிக விலை தரப் போவுதுங்கறது அறிவிப்பா வரும் முன்னேயே, அத வியாபாரிங்க சிலருக்குத் தெரிவிச்சி அவங்களைக் கொள்முதல் பண்ண வெக்கிறியே, பிறகு அதிக விலையை அவங்களுக்குக் கொடுத்து உன்னோட கமிஷனை அடிக்கத் தானே?" அமைச்சர் பேயின் கண்ணோடு கண் பொருத்தித் தெளிவாகப் பேசினார்.

"மனுஷனுக்கே பயப்படாதவன் நானு. உன்னமாதிரி ஆவிக்கெல்லாம் அஞ்ச மாட்டேன். நாளைக்கி இதே நேரம் வா. எனக்குப் பொளுது போவும்," என்றவர் மணியை அடித்தார்.

சேவகர் உள்ளே வந்தார். “பையைக் கட்டி கார்லே வை,” என்றபடி எழுந்தார். பேய் கண்ணீரைத் துடைத்தபடி மறைந்தது.

காலை மணி ஒன்பது. நடந்து செல்லும் மாணவர்களில் ஒருவன்தான் சந்துரு. முதன் முதலில் அவன் மட்டுமே அந்த பொம்மை வடிவ லாரியைப் பார்த்தான். கூடவே நடந்து வரும் இரண்டு மாணவர்களிடம் இருந்து நழுவ, நடை வேகத்தைக் குறைத்தான். ஒரு நாயை விரட்டக் கீழே கல்லைத் தேடுவதுபோல் பாவனை செய்தான். தெருவோரத்தில் இருந்தது பொம்மை. அருகே சென்று கால்களால் அதை மறைத்த வண்ணம் குனிந்தான். நெருங்கிப் பார்க்கும் போதுதான் அதன் பின் பக்கம் பாதி மூட்டைகளால் நிரம்பி இருந்தது தெரிந்தது. அப்படியே அமர்ந்து அதைத் தூக்கிப் பைக்குள் போட எத்தனித்தான். முதலில் இரு விரல்களால் பற்றித் தூக்கினான். கனத்தது. பிறகு முன் பக்கம் ஒரு கை, பின் பக்கம் ஒரு கை எனக் கொடுத்து அசைக்க முயன்றான். கனம் அதிகமாகவே இருந்தது. அசைத்துப் பார்த்தான். அது அசையவே இல்லை. பையை அதன் மீது மறைப்பாக வைத்து விட்டு தெரு நெடுகத் தேடி, அரையடி மரத்துண்டு ஒன்றை எடுத்து வந்தான். அதை லாரிக்கு அடியே கொடுத்து நிமிர்த்த யத்தனிக்கும் போதுதான் கவனித்தான். அதற்குள் லாரி சற்றே பெரிய வடிவத்துக்கு வளர்ந்திருந்தது. மரத்துண்டுக்கும் அசையாமல் நின்றிருந்தது. பள்ளிக்கூட மணி அடிக்கும் சத்தம் கேட்டு அவன் தன் முயற்சியைக் கைவிட்டு பள்ளிக் கூடம் நோக்கி ஓடினான்.

பள்ளிக் கூடத்தில் அவசர அவசரமாக மதிய உணவு சாப்பிட்டவன் மீண்டும் கடைத்தெருவுக்கே ஓடி வந்தான். அவனை விட உயரமாக வளர்ந்திருந்த லாரியின் பக்கவாட்டின் உச்சியில் கை வைத்துப் பற்றி எக்கி உள்ளே பார்த்தான். பாதி இடத்தை நிறைத்திருந்த மூட்டைகளும் வளர்ந்திருந்தன. அடுத்த மணி அடிக்கவே மறுபடி பள்ளிக்கூடம் போய்ச் சேர்ந்தான்.

மாலை சந்துரு திரும்பி வருகையில், அங்கே ஒரு பெரிய சரக்கு லாரி நின்றது. அதன் ‘டயர்கள்’ மட்டும் அவன் உயரம்

இருந்தன. தெருவில் நிறைய பேர் நின்றிருந்தார்கள். அருகில் சென்றதும்தான் அது அந்த லாரி பொம்மை என்று புரிந்தது. அதன் பின் பக்கம் தரையிலிருந்து அடுக்கி வைக்கப்பட்ட பல நெல் மூட்டைகள் அதன் பின் கதவு உயரம் வரை அதன் மீது சாய்த்து அடுக்கி வைக்கப்பட்டிருந்தது.

அமைச்சர் முண்டாசை சரி செய்து கொண்டிருந்த போது, தனி உதவியாளர் மெதுவாக அறைக்குள் நுழைந்தார். "என்ன நடராஜன்? பம்மி வர்றீங்க?" என்றார் அமைச்சர் நிமிராமலேயே.

"கொள்முதல் செய்யிரவங்க இன்னும் ரெண்டு நாள் அவகாசம் கேக்குறாங்க."

"என்னய்யா இது? போராட்டம் வலுத்துக்கிட்டே போவுது. அரசாங்கம் அதிக விலைதருமின்னு அனவுன்ஸ் பண்றதை இன்னும் தள்ளிப்போடவே முடியாது."

"நீங்க முடிவு பண்ணுங்க ஸார். எங்கிட்டே கேட்டாங்க".

அமைச்சர் சில நொடிகள் யோசித்தார். பிறகு "இன்னும் ஒரு நாளைக்குள்ளே கொள்முதலை முடிக்கச் சொல்லுங்க" உதவியாளர் தலையாட்டி வணங்கி நகர்ந்தார்.

சந்துரு மெல்லிய மணி ஓசை வந்த வழியில் பார்த்தான். பெரிய கண்ணாடி ஜாடிக்குள் 'மசுரு மிட்டாய்' வைத்திருந்தான் தள்ளு வண்டிக்காரன். பைக்குள் கையை விட்டுப் பார்த்தான். நல்ல வேளையாக ஐந்து ரூபாய் இருந்தது. ஒரு காகிதத்தை லாகவமாகச் சுற்றி ஒரு கூம்பு போலச் செய்தான் மிட்டாய்க்காரன். அது நிறையவே அவன் வெள்ளை நிற மிட்டாயை அள்ளிப் போட்டான். அதை அலுங்காமல் சாப்பிட வேண்டும். ஒரு முறை அவன் மொத்த மிட்டாயையும் அழுத்தவே அது உள்ளங்கை அளவுக்கு சுருங்கி விட்டது. கையில் வாங்கி, ஒரு விள்ளல் வாயில் எடுத்துப் போட்டிருக்க மாட்டான், முதுகில் சுரீரென ஒரு தட்டு. "ஏண்டா அங்கே ஆத்தா அம்புட்டு பலகாரமெல்லாம் செஞ்சி வெச்சிருக்கு நீ என்னடான்னா மசுரு முட்டாய்த் தின்னிக்கிட்டு நிக்கே?" அவனுடைய அப்பா.

வீட்டின் முன்பக்கத் தோட்டத்துக்கு வெளியே, சாலையை ஒட்டிய பெரிய கிராதிக் கதவுகள் திறந்தன. அமைச்சர் காரை விட்டு இறங்கியதும் ஓடி வந்த நாய் அவர் மீது தாவாமல் தள்ளி நின்றது. அமைச்சரின் முகம் சுருங்கியது. தள்ளி நின்ற நாய் மெதுவாகக் குறைத்தது. பணியாள் காரின் பின் இருக்கையிலிருந்த கோப்புக்களை எடுத்து வீட்டின் வரவேற்பறையில் அவர் அமரும் சோபாவின் மீது ஓரமாக வைத்தான். மாடிக்குச் சென்ற அமைச்சர் தனது அறைக்குள் நுழைந்து தாளிட்டுக் கொண்டார்.

சென்னையில் அனேகமாக அவரது மனைவி தங்குவதே இல்லை. கிராம வீட்டுக்கே சென்று விடுகிறாள். தனி அறையில் முதல் வேலையாக முண்டாசைக் கழற்றினார். வியர்த்திருந்த தலையை கைக்குட்டையால் துடைத்தார். நெற்றிக்கு இரண்டு பக்கமும் மேற்புறமாக ஓர் அங்குலத்துக்கு மேல் கூர்மூக்கு வளைய முளைத்திருந்த கொம்புகளுள் ஒன்றில் கைக்குட்டை மாட்டிக் கிழிந்தது. ஒரு மாத முன் சிறிய கரு மரு போல் தோன்றின கொம்புகள். யாரிடமும் சொல்ல முடியாமல், மருத்துவரை நம்பிக்காட்ட முடியாமல் முண்டாசால் சமாளித்து வந்தார்.

குளிக்கும் வரையே சுதந்திரம். பின் பழையபடி முண்டாசணிந்த படி உணவு உண்ணும் கூடத்துக்கு வந்தார். சமையற்காரர் செய்தித் தொலைக்காட்சியை ஒளி பெறச் செய்தார். ஒரு வாய் இட்டிலி உள்ளே போயிருக்கவில்லை. முண்டாசுடனான இவரது கொடும்பாவியை எதிர்க்கட்சிகள் எரித்துக் கொண்டிருந்தன. தொண்டை கமற ஒரு மிடறு நீர் அருந்தினார்.

சந்துருவினுடைய அப்பா அது. முழங்கை வரை வெள்ளை அரைக்கைச் சட்டை. எட்டுமுழ வெள்ளை வேட்டி. “நீ வண்டியிலே வந்திருக்கியாப்பா?” என்ற கேள்விக்கு அவன் அப்பா தெருவின் எதிர்ப்பக்கம் கை காட்டினார். சிறிய இருசக்கர வாகனத்தின் பின் பகுதியில் பெரிய நெல் மூட்டை. “கொள்முதல் எடுக்குறாங்க. அங்கே பாரு லாரி” என்றார். “மூட்டையைப் போட்டுட்டு என்னைப் பின்னாடி

ஒக்கார வெச்சிக்கிட்டுக் கூட்டிக்கிட்டுப் போப்பா" என்று சிணுங்கினான். "கோட்டிக்காரப் பயலே... ஒரு மூட்டைக்கி ஐநூறு கூடத்தர்றாங்கேன்னு ஊரே திரண்டு நிக்கி. போலே" என்று அவனைத் திரும்பிப் பார்க்காமல் வண்டிப்பக்கம் நகர்ந்தார்.

மூன்று நாட்களுக்குப் பிறகு அமைச்சர் பொதுக்கூட்டத்தில் "விவசாயிக்குடும்பம் என்னுடையது என்பதை நீங்கள் யாரும் மறக்க வேண்டாம் எனத்தான் நான் முண்டாசோடு திரிகிறேன். ஒரு மூட்டை நெல்லுக்கு இவ்வளவு கொள் முதல் விலையை ஆட்சியில் இருந்த போது எதிர்க்கட்சிகள் கொடுத்தார்களா?" மெம்மேலும் சவால் விட்டபடி கூட்டத்தின் கைத்தட்டல்களை அள்ளினார்.

ஆறு மாதத்துக்குள் பாரதியாரைப்போல இரு மடங்கு முண்டாசானது. அரையடி உயரம் வளர்ந்திருந்தன கொம்புகள். ஊழல் குற்றச்சாட்டுக்களில் ஊடகங்கள் அவரை வறுத்து எடுத்தன. அவரது கட்சியே அவரை நிறுத்தாது என்று வதந்திகள் பரவின. முதலமைச்சர் தமது பொதுக்கூட்டங்களில் அவரைத் தவிர்க்கத் தொடங்கினார்.

அமைச்சரின் தொகுதியில் "நம் தலைவர் தெய்வ அருள் பெற்றவர். அதை அவர் அடுத்த வாரம் நிரூபிப்பார். சிவபக்தர்கள் தவற விட வேண்டாம்," என சுவரொட்டிகள் முளைத்தன.

இரண்டு நாள் கழித்து ஒரு பெரிய மைதானத்தில் ராட்சத மேடையும், நூற்றுக்கணக்கான குழல் விளக்குகளுமாக கூட்டம் ஏற்பாடாக ஊரே அதைப் பற்றி வியந்தது.

கூட்டத்தில் வட இந்தியாவின் ஆடையில்லா அகோரிகள் உடம்பெங்கும் விபூதியுடன் வந்தமர, ஊடகங்களுக்கு "அமைச்சரின் தெய்வீக சக்தி வெளிப்படும் முதல் கூட்டம் இது," என்னும் செய்தி சென்றிந்தது. நூறு ஆயிரம் எனத் திரண்ட கூட்டம் லட்சத்தை எட்டியது. மேடையின் பின் பக்கம் அமைச்சரின் கார் வரும் வரை காவல் துறைக்குப்

பெரும் போராட்டமாயிருந்தது அவர் மேடையில் ஏறியதும் “தெய்வத்தின் காவலன் வாழ்க,” என ஒருவர் ‘மைக்கில்’ அறிவித்தார். அமைச்சர் முண்டாசுடன் வந்தவர் மேடையின் ஒவ்வொரு பகுதியாகச் சென்று கூட்டத்தினரை வணங்கினார்.

பிறகு உரையைத் துவங்கினார். “ஒரு நாள் விடியற்காலையில் முக்கண்ணனார சிவன் என் முன்னே தோன்றினார். சென்ற பிறவியில் நீ நந்தி. இந்தப் பிறவியில் அதனாலேயே சென்ற பிறவியில் என் வாகனமாயிருந்த நீ இன்று மக்களின் காவலன்,” என்றார். எனக்கு ஒன்றுமே புரியவில்லை. மறுபடி ஒருநாள் தோன்றிய சிவபெருமான், “நீ என்னை நம்பவில்லையா?” என்று கேட்டார். நான் மெல்லிய குரலில் “கடவுள் நேரில் வருவாரா?” என்றேன். “உனக்குத் தானே நிரூபணம் கிடைக்கும்,” என்றார். “அதன் பிறகு என்ன நிகழ்ந்தது தெரியுமா? தெரியுமா/ தெரியுமா?” ஒவ்வொரு தெரியுமாவுக்கும் அமைச்சர் குரலை உயர்த்தினார். “இதோ பாருங்கள். இறைவன் எனக்குப் புரிய வைத்த விதம்,” என முண்டாசைக் கழற்றினார். தலைமுடிக்கு வெளியே முக்காலடி உயரம் வளர்ந்த, வளைந்த கொம்புகள். கருத்த கொம்புகள். “ஹரஹரமகாதேவ்,” என்று ஒரு அகோரி எழுந்து வெறியுடன் கத்தினார். கூட்டமே “ஹரஹரமகாதேவ்,” என்று வழி மொழிந்தது.

“இந்த தெய்வீக மனிதனே அடுத்த முதல்வன்,” என்றார் ஓர் ஆள் ‘மைக்’கில். கூட்டம் ஆர்ப்பரித்துக் குரலெழுப்பிக் கைத்தட்டியது. கொம்புகளை ஆட்டி ஆட்டி அதை ஏற்றார் அமைச்சர்.

–

குயில்கள் கரையும் காலம்

நான் – பெண் அஃறிணை

கொத்துக் கொத்தாய்ப் பூத்து மணம் வீசுகின்றன மாமரங்கள். என்னைப் போல் அடர்த்தியில்லா அரக்குச் சிறகுகளிடைப்பட்ட வெண் புள்ளிகளுண்டா? கறுப்புச் சிறகுகள். என்ன அழகும் இல்லாதவை. இணையைத் தேடி காது செவிடாகிவிடும்படி கூவுகிறான்கள். அலையாமல் இணை தேடும் சோம்பேறித்தனம் தவிர என்ன உண்டு இவன்களிடம்? பெண் குயில் சூல் கொள்ளும் காலம் இவன்களுக்குத் துள்ளலாயிருக்கும். எந்தெந்த மரங்களில் காக்கைகள் கூடுகள் இருக்கின்றன என்பது கூடத் தெரியாத சோம்பேறிகள். சென்ற முறை நான் முட்டையிடும் வரை காக்கைக்குப் போக்குக்காட்டக் கூடத் தெரியாத கையாலாகாதவனை வைத்துக் கொண்டு பட்ட பாடு போதும்.

இம்முறை அனுசரணையாய் இருப்பவனைத் தேடித் பிடிக்க வேண்டும். அது புரியாமல் வட்டம் போடுகிறான்கள். அடர்ந்த மாமரக் கிளைக்குள் என்னைத் தேடி வருபவன் யாரென்று பார்க்கலாம்.

திடீரென நான் ஒளிந்திருக்கும் கிளை அசைகிறது. கிளை மீது மோதியவள் கிக்கிளுவெனச் சிரிக்கிறாள். குண்டுக் கண்கள், மாம்பழம் போல் கன்னங்கள். அப்பாவின் தோள் மீது அமர்ந்திருக்கிறாள் ஒரு பெண் குழந்தை. அவளைத் தோள்

மீது வைத்தபடி அவர் குதிக்க, அப்போதும் அவளுக்கு கிளை எட்டாமற் போக, அதுவே மறுபடி மறுபடி விளையாட்டாக அவளுக்குப் பொங்கி வருகிறது அப்படி ஒரு சிரிப்பு. அவர் முகமெல்லாம் பரவசம். அலுத்துக்கொள்ளாமல், வியர்க்க வியர்க்க மறுபடி மறுபடி குதித்துக் குதித்து அவளை சிரிக்க வைக்கிறார். அடுத்த ஜென்மத்தில் மனித இனத்தில் பிறக்க வேண்டும். என் குழந்தைகள் அற்பக் குயிலப்பனுடன் அவஸ்தைப் படாமல் ஆசையான மனித அப்பனுடன் மகிழ வேண்டும்.

நிறைய வேர்த்து விட்டது போலும். நிறுத்தி அவர் அவளை இறக்கி விட்டு கைக்குட்டையால் முகத்தைத் துடைத்துக் கொள்கிறார்.

அப்பா, "நீங்க கண் பாக்க முடியாதவங்க மூணு பேர் பத்தி சொன்னீங்களே?"

"எந்த மூணு பேரு கண்ணு?"

"ஒருத்தருக்கு யானை முறம், இன்னொத்தருக்கு தென்னை மரம், வேற ஒருத்தருக்கு சுவர் அப்படினு சொன்னீங்களே."

"ஆமாம். அதுக்கு என்ன?"

"அவங்களுக்கு யானைகிட்டே போக ஏன் பயமே இல்லை?"

"அவங்க தான் யானைக்கிட்டே போகவே இல்லயே."

"என்னபா சொல்றீங்க?"

"ஆமாம் கண்ணா... அவங்க முறம், சுவர் இல்ல மரத்துக்கிட்டே தானே போனாங்க?"

குழந்தை சிந்தனையில் ஆழ்ந்தாள்.

நான் – இவர்கள்

இயக்குனர் வசனம் எழுதுகிறவரிடம், "நீங்க இவனோட காரக்டரைப் புரிஞ்சிக்கல. இவன் கெட்டவன்தான். ஆனாத் திட்டம் போட்டு எதையும் செய்யத் தெரியாது. அதே சமயம்

தீவிரமாக குற்றங்களைச் செய்யிற பித்தும் இருக்கு இவனுக்கு. இவனோட இந்தத் தீவிரத்தப் பாத்துதான் பலரும் இவனோட கூட்டுச் சேர்ராங்க.”

“சினிமா மீடியத்துல வசனத்துல எண்டயர் காரக்டரைசேஷனையும் தர்றது சாத்தியம் இல்ல.”

“ஐ நோ தட். ஆனா நீங்க இவனுக்கு ஒரு வார்த்தை, ரெண்டு வார்த்தை மாதிரி எழுதினாப் பத்தாது.”

“சிட்சுவேஷனுக்கு ஏத்த மாதிரிதான் சார் எழுதிக்கிட்டு வர்றேன்.”

“சிட்சுவேஷன்லே டயலாக்குக்கு இடம் இல்லேன்னா சொல்லுங்க மாத்தி டெவெலப் பண்ணுவோம்.”

என்னைப் பற்றி என்ன புரிந்து விட்டது இவர்களுக்கு என ஏதேதோ பேசிக்கொண்டே போகிறார்கள்? இவர்கள் குறிப்பிடுமளவு மோசமான கதாபாத்திரமே இல்லையே நான். இவர்களது ‘ஸ்கிரிப்ட்’ டும் வசனமும் மூச்சு முட்டுகிறது. போதும் போதும் என்றாகி விட்டது.

கதைக்கு வெளியே வந்தேன். நிமிர்ந்து நின்றேன். பாழடைந்த கட்டடத்தில் நடந்து கொண்டிருந்தது படப்பிடிப்பு. வெளியே வாசலில் படப்பிடிப்பில் வேலை செய்வோருக்கான உணவு வாகனம் நின்று கொண்டிருந்தது. டிரைவரிடம், “நான் மெட்றாஸ் போவணும்,” என்றேன்.

“ப்ரோடோக்சன் மேனஜருக்கிட்டே கேக்கலே?”

“நா நடிகன் இல்லப்பா. கதைக்குள் இருந்த காரக்ட்டர்.” ஒன்றும் புரியாமல் என்னை முறைத்தான். என்ன தோன்றியதோ “கொஞ்சம் வெயிட் பண்ணுங்க. பாத்திரமெல்லாம் அடுக்கின உடனே கிளம்பலாம்,” என்றான்.

டைடல் பார்க் தாண்டியவுடன் பழைய மகாபலிபுரம் சாலையில் இருந்து கிழக்கு கடற்கரைச் சாலைக்குப் பிரியும்

ஒரு பாலத்தின் அருகே நான் இறங்கிக் கொண்டேன். அவ்வை நகரில் அடுக்கி நெருக்கிக் கட்டியிருந்த பெட்டி வீடுகளில் எது என் கதாபாத்திரத்துக்கு உண்டானது என்று எனக்குத் தெரியும். ஒரு வீட்டின் இரண்டாம் தளத்தில் என் ஒற்றை அறை. சாவி போட்டுத் திறந்தேன். முதலில் மேஜை இழுப்பறையில் இருந்த கைபேசியை எடுத்தேன். அழைத்தேன்.

“குமாரு, உள்ளே இருக்கியா வெளியே வா?”

“உள்ளே இருந்தா செல்லுல எப்பிடிபா பேச முடியும்?”

“உன்னால முடியும்.”

“அத்தே உடு. இன்னா வேலை ஆவோணும்?”

“ஒரு பங்கு பிரிக்கிற வேலை.”

“நான் பிரிக்கணுமா?”

‘இல்ல. என் கூட நீ இருக்கணும் “

“ஆரு பிரிக்கிறவன்?”

“ராசு.”

“என்ன பணம் அது? மொத்தம் எவ்ளோ கிடைச்சுது?”

“அதெல்லாம் எதுக்கு சேகரு? என் பங்கு ரெண்டு கோடி.”

“பிரிச்சிக்கோங்க.”

“விளையாடாதே சேகரு. அவங்கொலை செய்றவன்னு எனக்கு இத்தன நாளாத் தெரியாது.”

மறுபக்கத்தில் இருந்து பலமான சிரிப்பு, “நாலு கோடி பைசல் பண்ரப்போ கூடவா தெரியாது?”

“நக்கல் வேண்டாம் சேகரு. அவன் பிரிக்கிற வரைக்கும் நீ கூடவே இரு.”

"எதுக்கு?"

"அவன் என்னைக் கொல்லாமக் காப்பாத்த."

"எவ்ளோ தருவே?"

"50."

"பத்தாது."

"எவ்ளோ வோணும்?"

"ஒரு கோடி."

பாதிக்குப் பாதி கேட்கிறான். வேறு வழியில்லை. "இன்னாப்பா யோசிக்கறே?" என்றான்.

"சரி. ஆனா ஒரு கண்டிஷன். அவன் பங்கு பிரிக்காட்டினா டமால்னு என்னைக் கொல்ல வந்தா நீ அவனக் கொன்னே ஆவ்ணும். அதே இடத்தில."

"சரி."

"இன்னொண்ணு. இன்னும் ரெண்டு நாளைக்குள்ள இதைச் செய்யணும்."

"ஏன் இந்த அவசரம்?"

"அதுக்கப்பறம் அவன் நேபாளம் போறான். திரும்பிச் சென்னை வரானோ இல்லை வேறே எங்கினேயும் போறானோ."

"சரி."

நான் – முத்திவிடுபவன்

என் மகன் மீண்டும் தொடங்கி விட்டான். "யப்பா... பாம்பேக்கு நீ வந்து பாரு... அப்புறம் உன் மனசு மாறும்."

"என்னடா நீ டிரைவர் வேலை பாக்கிறது அவ்ளோ பெரிய விஷயமா?"

“முதல்லே ஒரு விஷயம் தெரிஞ்சிக்கோ. நான் ரிலையன்ஸ்லே டிரைவரா இல்லே.”

“பின்னே? க்ளீனரா இருக்கியா?”

“சும்மா நக்கலடிக்காதே. நான் புது டிரைவருங்களுக்கு கத்துக்க குடுக்குற டிரைனர். மாசம் எனக்கு 50000 சம்பளம்.”

“வெச்சிக்கோ... அஞ்சு ரூபாய் நீ எனக்குத் தர வேண்டாம். கலியாணம் கட்டிக்கோ.”

“தோ பாருப்பா உன்னாலேதான் அம்மாவும் வர்ற மாட்டேங்கிது.”

“அவளை இட்டுக்கினு போ. எனக்குக் கட்சி வேலை ஏகப்பட்டது கெடக்குது.”

“என்னப்பா என்கிட்டேயே சுத்துறே. தொகுதி புல்லா வாக்காளருக்கு 3000 கொடுக்க பத்து பேரை செலக்ட் பண்ணினாங்க. அதுல உன் பேரில்லையாமே. எல்லா நியுஸும் எனக்கு வருதுப்பா.”

“இன்னொரு நியூஸ் வரலே?”

“என்னது?”

“நான்தாண்டா நம்ப வார்டுக்கு இன்சார்ஜ்.”

“அது ஒன்னும் பெரிய பதவியில்ல... உனக்குக் கட்சில தர்ற தொகை ரொம்பக் கம்மி ... எல்லாத்தயும் சதீசு அப்பா பிரபாகர் அள்ளிக்கிட்டுப் போயிடராரு.”

“இந்த தபா அது நடக்காது.”

“எப்படி?”

என் பையிலிருந்து ஒரு டோக்கனை எடுத்துக் காட்டினேன். முன் பக்கம் கட்சியின் சின்னம். பின்பக்கம் உள்ள ‘ஸ்டிக்கரை’ப் பிரித்தேன். 25311 என்று ‘கம்ப்யூட்டர் பிரிண்ட்’ போட்டிருந்தது. “மொத்தம் 1000 நம்பர். எந்தெந்த நம்பர் பிரபாகர் கிட்டே கொடுத்தாங்கனு கம்ப்யூட்டர்லே இருக்கு.”

“அவருதான் எல்லாத்திலேயும் பாதியை அமுக்கிடுவாரே.”

"தெரியும்... இங்கே வா." மாடிக்கு அழைத்துப் போனேன். நெருங்கலான படிகள். சிறிய அறை. ஒரு நாடாக் கட்டில் இருந்தது. "பரண்லே இருக்குற டிரங்க் பெட்டியை எடு." என்றேன். எடுத்தான்.

"திற." திறந்தவன் கண்கள் அகல விரிந்தன.

"என்னபா இது? கத்தை கத்தையா டோக்கன்?"

"அவங்கொடுக்காம இதையெல்லாம் ஒளிச்சு வச்சான். ஒரு ஆள் அதைத் தள்ளிக்கிட்டு வந்து என் கிட்டே கொடுத்துட்டான்."

"இப்போ என்னபா பண்ணப் போறே ? கட்சி மேலிடத்துக்குக் கொடுக்கப் போறியா?"

"முட்டாப் பயலே... அதுனால என்னே ஆகும்? என்னை என்ன தலைவனான ஆக்கிடப் போறானுங்க?"

"வேறே என்ன செய்ய முடியும்?"

"எல்லா ஸ்டிக்கர் நம்பரையும் ஆள வச்சிப் பிரிச்சி போட்டோ எடுத்திருக்கேன். பிரபாகருக்கும் எனக்கும் டீல்."

"எவ்ளோ ரூபாய்க்குபா?"

மூன்று விரலைக் காட்டினேன். மகன் வாயடைத்தான்.

நான் – என் ஏணி

கட்டிட வேலைக்குச் சிறுவயதில் ஏறத் தொடங்கினேன். இப்போதெல்லாம் காலையில் சுமாராக இருக்கும். கைகள் மதியத்துக்கு மேல் நடுங்க ஆரம்பித்து மாலையில் மது அருந்திய பின்தான் நிலை கொள்கின்றன.

இந்தக் கட்டுமான இடத்து மேஸ்திரி, என்னை ஒப்புக்கு நாலு செங்கலைத் தட்டில் வைத்து ஏறி ஏறி இறங்க வைக்கிறான். வாரம் ஆயிரம் ரூபாய். அவனுக்கு 1800 கிடைக்கிறது என்பது எனக்குத் தெரியும்.

உண்மையில் ஏணிப்படிகள் எப்போதுமே நிரந்தரமானவை. இன்று கை நடுங்கும் போது இந்த நிரந்தரம் தரும் உத்தரவாதம் பகலெல்லாம் இருக்கிறது. இரவில் மது தரும் ஆறுதல். ஏணியில் மேஸ்திரி என்னை ஒப்புக்கு ஏற்றி இறக்கி ஒப்பந்தக்காரரிடம் என்னையும் ஒரு கூலி ஆளாகக் காட்டுகிறான். அவன் என்னைச் சும்மா விடும் போதும் அந்த ஏணி ஒன்று மட்டும்தான் என் கூட்டாளி. சிறு வயது முதல் துணையாய் வந்து கொண்டிருக்கிறது. மேஸ்திரிக்கும் ஒப்பந்தக்காரருக்கும் இந்த ஏணி போல் எதுவும் உத்தரவாதம் தரவில்லை. அதான் எப்போதும் பதட்டம்.

நான் – ஆண் அஃறிணை

இன்று புளியந்தோப்புப் பக்கம் சிறகடித்தேன். பெரிய மரம் ஒன்றில் அத்தனை கம்பளிப் பூச்சி அடை அடையாய். பெரிய விருந்தாய் உண்டு மறுபடி மாந்தோப்பில் அவள் கண்ணில் படாமல் பெரிய இலைக் கொத்துள்ள மரக்கிளையில் கண்ணயர்ந்தேன். பனிக்காலம், மதியமே வெளிச்சம் குறைய ஆரம்பித்தது. எங்கே இருந்துதான் என்னைக் கண்டு பிடித்தாளோ? அருகில் அமரும் போதே சிறகுகளால் படபடத்து என் முகத்தில் இடித்தாள். “கிளம்பு சீக்கிரம்.”

“எங்கே?”

“வா... தெரியும்... இருட்டினால் இந்த வேலை முடியாது வா ....”

அவள் கொடுத்த அழுத்தத்தில் உடனே சிறகு விரித்தேன். மஞ் சள் வெயிலில் மங்கலாய்த் தெரிந்த ஒரு காக்கையின் கூட்டை முதலில் நெருங்கினாள். பக்கத்துக் கிளையில் அமர்ந்தாள். ஆண் காகம் கூட்டைக் காவல் காத்துக் கொண்டிருந்தது.

“அவனை வெறுப்பேற்றித் தள்ளிக் கூட்டிக் கொண்டு போ,” என என் காதருகே கிசுகிசுத்தாள். “இருட்டப் போகிறது. சீக்கிரம்.”

“எதற்காக?” என்று மெல்லிய குரலில் கேட்டேன்.

கூட்டுக்குள் ஒரே நெருக்கடியாக இருக்கிறது. அவளுக்கு

அடைகாக்க இடமே இல்லை. இரண்டு மூன்று குச்சிகளை உருவி, காக்கை முட்டைகள் கொஞ்சத்தை வெளியே தள்ளி விட எனக்கு கொஞ்சம் அவகாசம் வேண்டும். அவனைத் தள்ளிக் கொண்டு போ.”

நான் அப்பாவியாக முகத்தை வைத்தாலும் அவளிடம் எதற்காக என்று கேட்டாலும் இது எனக்குத் தெரிந்த வேலை என்பதை அவள் அறிவாள். என் வயதை வைத்து யூகித்திருப்பாள். என் முகத்தில் கொத்துவது போல் அவளது அலகை என் முகத்தருகே நீட்டினாள். துள்ளிப் பறந்தேன். காக்கையின் மீது விழுவது போல் இறங்கிப் பறந்து அவனை உரசி அடுத்த கிளையில் அமர்ந்தேன். தலையை நிமிர்த்திக் கரைந்தான். கூட்டிலிருந்து கிளம்பி என்னை நோக்கிப் பறந்தான். நான் அடுத்த மரத்துக்குப் பறந்தேன். அவன் துரத்த அதற்கு அடுத்த மரத்துக்குப் போனேன்.

நிறைய குயில்கள் இருந்த கிளையில் நான் அமர்ந்ததும். அவன் தள்ளி அதே மரத்தின் சிறிய கிளையைப் பற்றி ஒற்றைக் கண் பார்வையில் என்னை நோட்டம் விட்டபடி இருந்தான்.

குயில்களில் ஒரு பெண், “எங்கே உன் இணை?” என்றாள்.

“என்னைத் தேடிக் கொண்டிருப்பாள்,” என்று சொல்லி வைத்தேன்.

சில நிமிடங்களிலேயே அவள் திரும்பி வந்து என்னை உரசி அமர்ந்தாள். “கிளம்பு. மற்றொரு கூட்டுக்குப் போக வேண்டும்.”

“எதற்கு?’

“என்ன எதற்கு? இரண்டாவது கூட்டில் நான் முட்டையிட மாட்டேன் என நீ முடிவு செய்து விட்டாயா?”

அவள் சிறகடிக்க நான் பின்தொடர்ந்தேன். மஞ்சள் ஒளி படும் உயரம் குறைந்து கொண்டே வந்தது.

உயரம் குறைவான மரத்தின் மையாக கிளைகளில் ஒன்றை அவள் தைரியமாக நெருங்கினாள். கூட்டு மங்கலாய்த் தெரிந்தது.

காக்கை எதுவும் அருகில் இல்லை. எப்படி அதை அவள் யூகித்தாள்? கூட்டை இருவரும் நெருங்கினோம். சின்னஞ் சிறு குஞ்சுகள் ஐந்து இருந்தன. அனைத்தும் மெதுவாய்க் கரைந்து கொண்டிருந்தன.

"எல்லாமே காக்கைக் குஞ்சுகள்," என்றேன்.

"அடப்பாவி... நம் இரண்டு குஞ்சுகளைக் கூட உனக்குத் தெரியவில்லையா?" எனக் கடித்தபடி அலகால் இரண்டு குஞ்சுகளைத் தடவிக் கொடுத்தாள்.

"நம்மைப் போல கூவாமல் என் கரைகின்றன?"

"இன்னும் மூன்று நான்கு வாரமாகும் அவற்றுக்கு சிறகுகள் முளைக்க. அதற்கு முன் கூவினால் கொத்திக் குதறிவிடும் காக்கை. குஞ்சுகள் அதுவரை கரையும். கிளம்பு."

சிறகை விரித்தாள்.

–

மோகினியின் வளையல்கள்

'**வ**க்... வக்... வக்...'

சீசரின் குரைப்பு சுசீலாவை எழுப்பியது. படுக்கப் போனதில் இருந்து, இரவு வெகு நேரம் சுசீலா தூங்கவே இல்லை. அவனுடைய அப்பா ஜுரம் என்று இருமல் 'சிரப்' குடித்ததால் அவரும் சிவகுமாரைப் பற்றி விசாரிக்காமலேயே தூங்கி விட்டார். வீட்டுக்கு வரவே இல்லை.

ஒரு முறை மட்டுமே குரைத்து சீசர் நிறுத்திக் கொண்டது. சுசீலா படபடப்புடன் எழுந்தார். படுக்கை அறைக் கதவை மறக்காமல் மூடி விட்டு, வரவேற்பறைக்குள் நுழைந்தார். சிவகுமாரின் அறையில் விளக்கெரிந்தது. சீசர் அவனுக்காகதான் குரைத்திருக்கிறது. அவன் அறைக் கதவு பாதி மூடியிருந்தது. எவ்வளவு நேரமாகி வந்திருக்கிறான்? நிமிர்ந்து கடிகாரத்தைப் பார்த்தார் சுசீலா. மூன்று மணி. இத்தனை நேரம் எங்கே போயிருந்தான்? "டேய் சிவா, எங்கேடா போயிருந்த? சாப்டியா?" அவன் அப்பாவை எழுப்பி விடக் கூடாது என்பதால் தணிந்த குரலில் கேட்டார். பதிலில்லை. அவன் அறைக்கு அருகே வந்தார். அவன் ஒரு பயணப் பெட்டிக்குள் தனது துணி மணிகளை அடுக்கிக் கொண்டிருந்தான். "டேய்... என்னடா ஆச்சு உனக்கு? இப்போ என்னத்துக்கு துணி எடுத்து வைக்கிறே?"

"ஆபீஸ் வேலையா அர்ஜெண்டா வெளியூர் போகணும்மா..."

"நீ வேலை பாக்கறது கூரியர் தானே. உள்ளூருல தானே தபாலெல்லாம் தரணும்."

"இல்லமா... கேரளால ஆள் குறைவா இருக்காங்காம்."

"கேரளாவா? போயிட்டு வர்ற எத்தனை நாள் ஆவும்?"

"ரெண்டு மூணு மாசம் ஆவும்மா."

"என்னடா உளர்றே. அப்பாவுக்கு அடிக்கடி உடம்பு சுகம் இல்லாமல் போயிடுது. நீ என்னடான்னா கேரளாவுக்கே போறேன்ற?"

அவன் பெட்டியை மூடி விட்டாலும் வேறு எதையோ அறை முழுவதும் தேடினான். "என்னடா தேடற?" இதற்கும் பதில்லில்லை. "என்னடா ஆச்சு உனக்கு?" அவன் பின்னாடியே சென்று அவன் தோளைத் தொட்டுத் திருப்பினார். அவன் முகம் கலங்கியதுபோலத் இருந்தது. "ஏண்டா முகம் ஒரு மாதிரி இருக்கு?" ஒரு கணம் அவன் கண்கள் கலங்கின. சுதாரித்துக் கொண்டு, "நான் ஆபீஸுக்கு எடுத்துப் போற பெரிய பையைத் தேடறேன்," என்று அவனது உடை அலமாரியில் அவன் அறையின் மேஜைக்குக் கீழே, அவனது கட்டிலுக்குக் கீழே எனத் தேடிக் கொண்டே போனான். "சாப்டியா?" மறுபடி பதிலிலில்லை. இப்போது அவன் வரவேற்பரையில் 'டீபாய்'க்குக் கீழே பையைத் தேடிக் கொண்டிருந்தான். அது சற்றே பெரிய பை. அதை எப்படி அந்த இடத்தில் தேடுகிறான் என்று அம்மாவுக்கு விளங்கவில்லை. "கருப்புக் கலருதானே அந்த பேக்?" அவன் பதிலளிக்கவில்லை. பாலைச் சூடு செய்து எடுத்து வரப் போனார். தாமதமாக வருகிறவன்தான். ஆனால் தனது அறையில் உறங்கப் போய் காலையில் மெதுவாகதான் எழுந்திருப்பான். மிகவும் தாமதமாக வரும் நாட்களில் அவன் குடித்து விட்டு வருகிறானா என்னும் சந்தேகமும் சுசீலாவுக்கு உண்டு.

பாலை எடுத்துக் கொண்டு கூடத்துக்கு வரும் போது, அவன் பயணப் பெட்டியுடன் கிளம்பிக் கொண்டிருந்தான். "பாலைக் குடிடா. ராத்திரி தானே கேரளா டிரெயினெல்லாம் கிளம்பும்?" என்றார். "தாம்பரத்துல காலையில ஐந்து மணிக்கு வண்டி இருக்கும்மா..." என்றான். நம்புவதா வேண்டாமா என்று சுசீலாவுக்குப் புரியவில்லை. அப்பா தூங்கும் நேரமாகப் பார்த்து கிளம்புகிறான் என்பது தெளிவாகப் புரிந்தது. அவருடைய குறுக்கு விசாரணை இல்லாமல் இவன் தப்பிக்கிறான். அவ்வளவு சூடான பாலை எப்படி விழுங்கினான்? பெட்டியுடன் வெளியே காலை எடுத்து வைத்தான். "பணம் இருக்காடா?"

"ஆபிசுல அட்வான்ஸ் வாங்கி இருக்கேன்"

செல்வம் தனது 'மான்சன்' எனப்படும் ஆண்கள் மட்டுமே ஆன மாத வாடகை விடுதியில் மூன்றாவது மாடியில் மூலை அறையில் இருந்தான். சென்னையில் மாலைக்கு மேல் திருவல்லிக்கேணியில் எப்படியும் கடற்காற்று வீசவே செய்யும். சில சமயம் அது பலமாகவே அடிக்கும். செல்வத்தைப் பொருத்த வரை அந்த அறை மொட்டை மாடிக்குக் கீழே இருந்ததால் எப்போதும் வெயிலின் தாக்கம் இருக்கும். பேருந்துகள் செல்லும் சாலை எதுவும் அருகில் கிடையாது என்பதால் சற்றே வாடகை குறைவு. அவனது இரு சக்கர வாகனத்தை நிறுத்த இடம் இருந்ததாலேயே அவன் இதைத் தேர்ந்தெடுத்திருந்தான். திருவல்லிக்கேணியில் பல பள்ளிகளுக்கு அவன் நிறுவனம் பள்ளியின் வளாகப் பாதுகாப்பு மற்றும் குழந்தைகளுக்கான பல கற்றுத் தரும் காணொளிகள் உள்ள மென் பொருளை விற்றிருந்தது. அந்தப் பள்ளிகளின் எண்ணிக்கை குறைவுதான். அருகே மந்தவெளி, மைலாப்பூர் மற்றும் ராயப்பேட்டைப் பள்ளிகளையும் சேர்த்தால் மொத்தம் நூறு பள்ளிக்குக் குறைவில்லை. எனவேதான் அவன் அங்கே அறை எடுத்தான்.

விடியற்காலையில் செல்வம் விழித்துக் கொள்ளத் தேவையில்லை. பள்ளிகளில் பதினோரு மணிக்கு மேல்தான் கணிப்பொறி வகுப்புகள் இருக்கும். அனேகமாக எதாவது ஒரு பள்ளியில்

அவன் அன்றைய வகுப்புக்கு முன்பு மென்பொருளை சரி செய்து தர விரைவான். இன்று என்னமோ அவனுக்கு இரவு இரண்டு மணிக்கே அறையின் வாயிலில் வளையல் குலுங்கும் சத்தம் கேட்பதுபோல இருந்தது. இப்போது மூன்று மணிக்கு மறுபடி அதே சத்தம்.

சிவகுமார் அவசர அவசரமாகக் கிளம்பிப் போய் விட்டான். அவனுடைய அப்பா எழுந்தால் அவன் எங்கே என்பார். விவரத்தைக் கூறினால் தன்னை ஏன் எழுப்பவில்லை என்று கேட்பார். அலுவலக வேலையாகப் போகிறவன் ஏன் அலுவலகப் பையை எங்கேயோ வைத்து விட்டுத் தேடினான் என்றே தெரியவில்லை. சோபாவுக்கும் சுவருக்கும் இடைப்பட்ட பகுதி இருளாகவே இருக்கும். சோபாவை நகர்த்தி விட்டுப் பார்த்தார். இருட்டோடு இருட்டாக கருப்புப் பை கிடந்தது. அதான் அவன் கண்ணில் படவில்லை. பையை இழுத்தார். சற்றே கனமாக இருந்தது.

செல்வத்துக்கு ஆண்கள் மட்டும் வசிக்கும் இந்த மான்ஷனில் வளையல் சத்தம் புதிராக இருந்தது. மாத வாடகை விடுதிகளில் அது மாதிரியான தொழில் எதுவும் நடப்பதில்லை. எனவே அதற்கு வாய்ப்பில்லை. பூனை எதாவது மெல்லிய பாத்திரம் போன்ற எதையேனும் இழுத்துக் கொண்டு ஓடுகிறதா? அவனால் யூகிக்க முடியவில்லை. ஆனால் தூக்கம் கெட்டு விட்டது. அவனுடைய அறைக்குள்ளே குளியலறை உண்டு. எனவே அவன் அதிகம் வெளியே போக மாட்டான். இரவில் தாமதமாக வரும் பக்கத்து அறைக்காரர்கள் நடமாடினாலும் அவன் எதுவும் கண்டு கொள்ளவே மாட்டான். இன்று யாருமே நடமாடவில்லை. ஏதோ மந்திரம் போட்டதுபோல இயல்பை விட அமைதியாயிருந்தது. அறையின் கதவைத் திறந்து வெளியே வந்து வராந்தாவில் இருமருங்கும் பார்த்தான். யாருமில்லை. மறுபடி அறைக்குள் நுழையப் போனபோது மொட்டை மாடிக்குச் செல்லும் மாடிப் படியில் வளையல் சத்தம் கேட்டது.

சிவகுமாரின் அலுவலகப் பையைத் திறந்தால் மேலாக அவனது சதுர வடிவ மதிய உணவு டப்பாவே முதலில் கிடைத்தது.

அதை அசைக்கும்போதே அவருக்கு அவன் சாப்பிடவில்லை என்பது தெளிவாகத் தெரிந்தது. அதை எடுத்துக் கொண்டு போய் அதில் மீதியிருந்த உணவை சமையலறைக் குப்பைக் கூடையில் கொட்டினார். பின்னர் டப்பாவைப் பாத்திரங்கள் கழுவும் இடத்தில் வைத்தார்.

ஏதோ நினைவு வந்தவராய் வரவேற்பறைக்கு வந்து கருப்புப் பையைக் கையில் எடுத்துத் திறந்தார். அவனின் ஒரு கால்சராயும் மேற் சட்டையும் அதற்குள் இருந்தன. என்ன இது? அவற்றின் மீது திட்டுத் திட்டாக ரத்தம்? குளியலறைக்குப் பையை அப்படியே எடுத்துக் கொண்டு போனார். பைக்குள் வேறு ஏதோ கீழே சொருகி வைக்கப் பட்டிருந்தது.

செல்வத்துக்கு ஏதோ நடமாட்டம் இருப்பது ஊர்ஜிதமாகத் தென்பட்டது. அவன் மாடிப்படியை நோக்கி விரைந்தான். படியின் மீது மெல்லிய வெளிச்சம் மட்டுமே இருந்தது. அவன் படிகள் மீது ஏறி மொட்டை மாடிக்கு அருகில் இருக்கும் சதுரமான நிலையிடத்தை அடைந்தான். மொட்டை மாடிக்கான கதவு திறந்தே இருந்தது. அதனுள் நுழைந்தான். மொட்டை மாடியில் விளக்கு எதுவுமில்லை. தெருவிளக்கின் மெல்லிய வெளிச்சம் படர்ந்திருந்தது. இப்போது கீழே வளையல் சத்தம் கேட்பதுபோல இருந்தது. அவனுக்கு முகமெல்லாம் வியர்த்திருந்தது.

சுசீலாவுக்கு அந்த விடியற்காலை நேரத்திலும் குளித்ததுபோல உடலெங்கும் வியர்த்து விட்டது. அந்தப் பையின் அடிப்பக்கத்தில் ஒரு பெண்ணின் சூடிதாரின் இரு பகுதிகளுமிருந்தன. ரோஜா நிறப் பின்னணியில் மஞ்சள் பூவேலை செய்யப்பட்ட சூடிதார் உடையிலும் திட்டுத் திட்டாக ரத்தம் இருந்தது.

செல்வம் விரைந்து கீழே வந்து அதே வேகத்தில் இன்னும் சில படிக்கட்டுகள் இறங்கி இரண்டாம் தளத்துக்குப் போனான். ஒரு அறையில் மட்டுமே விளக்கு எரிந்து கொண்டிருந்தது. விடுதியே அமைதியில் ஆழ்ந்திருப்பதுபோல இருந்தது. மீண்டும் அறைக்குள் வந்தான். கொஞ்சம் தண்ணீர் குடித்தான். பின்னர்

அறையின் கதவைத் தாளிட்டான். படுத்துக் கொண்டான் ஆனால் உறக்கம் வரவில்லை. சற்று நேரத்தில் அவன் காதருகே வளையல் ஓசை. எழுந்தான். வெள்ளை சேலை ரவிக்கை, வெள்ளை நிறக் கண்ணாடி வளையல்கள், அவன் படுக்கைக்கு அருகே நிறைய மல்லிகைப் பூவுடன் ஓர் இளம் பெண். திடீரென ஓர் ஆளைப் பார்த்த படபடப்பில் எழுந்து நின்றான். அவள் வாளிப்பான உடற்கட்டுடன் அழகாகத்தான் இருந்தாள். ஆனால் அவளுக்குப் பாதங்கள் இல்லை. பாதங்கள் பூமியில் பதியவில்லை. "காலுக்கு மேலே நான் அழகா இல்லையா?" என்றாள். கிணற்றுக்கு உள்ளே இருந்து பேசுவதுபோல ஓர் ஆழ்ந்த எதிரொலி மிகுந்த சத்தமாக இருந்தது. அறைக்கு வெளியே யாராவது பெண் குரல் கேட்டால் அவ்வளவுதான்.

சுசீலா முதலில் கூடத்தில் வந்து அமர்ந்து மின் விசிறியைச் சுழல விட்டார். என்ன செய்திருப்பான் சிவகுமார்? எதை மறைக்கிறான்? உண்மையிலேயே எங்கே போகிறான்?

"இது ஆண்கள் இருக்கும் விடுதி," என்றான் செல்வம் சற்றே நடுங்கும் குரலில். "ஏன் ஆம்பளையோட இருக்கக் கூடாத பொண்ணா நானு?" என்றபடி அவள் முன்னே வந்தாள். அவன் பின்னே பின்னே போய் சுவரில் முதுகை இடித்து நின்றான். அவள் அவனை விட ஓரிரு அங்குலம் மட்டுமே உயரமானவள். அவன் முகத்துக்கு இருபக்கமும் சுவர் மீது தனது இரு கைகளையும் வைத்தாள். பின்னர் அவன் கண்களை ஊடுருவி நோக்கினாள். அவளின் கட்டான மார்பகங்கள் அவன் மார்பின் மீது படர்ந்தன. அவள் கால்கள் அவன் கால்களைச் சுற்றின. அவள் கண்களின் ஒரு பாவையில் பாஞ்சாலி, அருந்ததி, வாசுகி, அகலிகை, மேனகை, சகுந்தலை, கண்ணகி, சூர்ப்பனகை, ஊர்மிளா, யசோதரா எனப் பலக் காவிய மாந்தர்கள் மாறிக் காட்சி கொடுத்தனர். அவர்களை அவன் பார்த்ததே இல்லை. ஆனால் இவள் பாவை வழி பார்க்கும் போது அப்படியே பெயர்கள் நினைவுக்கு வருகின்றன. மற்றொரு பாவையில் சமகால சினிமா நடிகைகளின் உருவம் ஆடையின்றி நிர்வாணமாக மாறி மாறி வந்து கொண்டிருந்தது. இந்தக் காட்சித் திகைப்பை அவன்

தாண்டும் முன் அவள் உதடுகள் அவன் உதடுகளை நெருங்கின. அவளின் மேலிருந்து காட்டமான மருதாணி வாசனை வீசியது.

சுசீலாவுக்கு அந்தத் துணிகளை என்ன செய்வது என்றே புரியவில்லை. துவைக்கப் போட்டாலும் கறைகள் மறைய வாய்ப்பில்லை. காயும் துணிகள் வேலைக்காரி மற்றும் அண்டை வீட்டார் கண்களில் வம்பாக மாறும். துவைக்க முடியா விட்டால் எப்படி இவற்றை சரி செய்வது. எரிப்பது ஒன்றே வழி? எப்படி எரிப்பது?

அவன் உதடுகளை அவள் கவ்வினாள். பின்னர் நாக்கால் அவன் நாக்கைத் துழாவினாள். அவளது கவ்வல் அவனுக்கு அச்சமூட்டும் அழுத்தத்துடன் இருந்தது. அவளது கால்கள் அவனது கால்களைச் சுற்றி வளைக்க அவள் தன் கைகளை இறக்கி அவனை அணைத்துக் கொண்டாள். திடீரென அவனை விலக்கி, “ஏண்டா உனக்கு என்னைப் பிடிக்கலே?” என்றாள். “நான் ஒண்ணும் செய்யலியே?” “அதாண்டா நானும் கேக்கறேன். செய்ய முடியாத அளவு என்ன குறை எனக்கு? உன் குறி அப்படியே அமுங்கிக் கிடக்குது?” “உன் கண்ணுல பாத்த விஷயமெல்லாம்.” “எதையாவது சொல்லித் தப்பிக்க நினைக்காதே. உன் குறி விரைக்கலேன்னா உனக்கு என்னைப் பொம்பளையின்னு தொணலையின்னு தானே அர்த்தம். டேய், திருவல்லிக்கேணி இங்கிலீஷ் ஸ்கூல் ஹெட்மாஸ்டர் ரூம்ல நீ எந்த ரெண்டு பேரைப் பார்த்தே அங்கே என்ன நடந்துதுனு எனக்குத் தெரியும். அதெயெல்லாம் முழுங்கின உனக்கு என்னக் கண்டா இளப்பமா இருக்காடா? விடியற நேரமாவுது. நாளை மறுநாள் ராத்திரி வருவேன். ஆம்பிளையா நீ நடக்கலே. உயிரை எடுத்து எங்கூடவே கூட்டிக்கிட்டிப் போயிருவேன்,” அவனைக் கட்டில் மீது தள்ளி விட்டு மறைந்தாள்.

இனி அந்த அறையிலிருப்பதில் அர்த்தமில்லை. காலை எழுந்ததில் இருந்து எப்போது பத்து மணிஆகும் என்று பரப்போடு இருந்தான் செல்வம். பத்தரை மணிக்குத் தான் மேன்ஷன் அலுவலகம் திறந்தது. அறையைக் காலி செய்வதாய்க்

கூறி விட்டு, மேலே வந்தான். பெட்டி படுக்கையைத் தயார் செய்தான். மதியம் இரண்டு மணி போல 'வாட்ச் மேன்' அறைக் கதவைத் தட்டினார். திறந்தார். "சார் இவர் பேரு சிவகுமார். உங்க ரூமுக்கு வர்றாரு," என்று கூறிப் போய் விட்டார். வெடவெடவென இருபத்தைந்து வயதிருக்கும் இளைஞன். "உள்ளே வாங்க," என்றான் செல்வம்.

"சார் ஐ ஆம் சிவகுமார். கூரியர் கம்பெனிலே வேலை பாக்கறேன்," என்றான் அவன். "நான் ஒரு பைதான் கொண்டு வந்திருக்கேன்."

"இன்னும் ஒன் அவர்லே நான் கிளம்பிடுவேன். நீங்க இப்பவே இங்கே தங்கிக்கலாம்."

"தேங்க்ஸ் சார்," என்றவன், கட்டிலுக்குக் கீழே குனிந்து பார்த்து, "உங்க ஷூஸ் இருக்கு," என்றான். தனது பெட்டியைத் திறந்து அதற்குள் இருந்த ஒரு பிளாஸ்டிக் பையை எடுத்து அதற்குள் இந்த காலணிகளை வைத்தான் செல்வம்.

சுசீலா கணவரிடம் அவன் தனது அறையில் உறங்குகிறான் என்றே கூறி இருந்தார். மாலையில் கணவர் அலுவலகத்தில் இருந்து வந்ததும் அவனது பையில் இருந்த ரத்தம் தொய்ந்த உடைகள் பற்றி எதுவும் கூறவில்லை. பிற அனைத்தையும் அப்படியே கூறினார். உடனே அவர் சிவக்குமாரின் கைபேசியில் அவனை அழைத்தார். உடனே மணி அடிக்கும் சத்தம் கேட்டது. அது அவனது கைபேசி ஒலிக்கும் சத்தம்தான். அவனது அறைக்குள் இருந்து வந்தது சத்தம். அவர் அங்கே போனார். சிவகுமாரின் கைபேசி அங்கேதான் இருந்தது.

சிவகுமார் ஒரு கையில் செல்வத்தில் ஒரு பெட்டி மறுகையில் அவனது மடிக்கணினிப் பை இரண்டையும் எடுத்துக் கொண்டு தரைத்தளம் வரை வந்தான். மற்றொரு பெட்டி மற்றும் படுக்கை இவற்றை செல்வம் எடுத்துக் கொண்டு இறங்கினான்.

"ரொம்ப நன்றி சிவகுமார்," என்றவன், "ஒரு நிமிஷம் ரூமை சரி பார்த்து விட்டு வர்றேன்." என மாடிக்கு விரைந்தான்.

பல பழைய நினைவுகளுடன் அறையைச் சுற்றி நோட்டம் விட்டவன் கண்ணில் பல வெள்ளை வளையல் துண்டுகள் கட்டிலுக்கும் சுவருக்கும் இடைப்பட்டுத் தென்பட்டன. அவற்றை எடுத்து முகர்ந்து பார்த்தான். மருதாணி வாசம். பின்னர் கால்சராய்ப் பைக்குள் போட்டுக் கொண்டு அறையை விட்டு வெளியேறினான்.

—

சாத்தான் காற்று

“உன் மீது தர்ம உலகத்தைப் படைத்த தலைவர் கவனம் வைத்து விட்டார்,” என்ற கூட்டாளியின் உள்ளுணர் செய்திக்கு, “என் வடிவ மாற்றங்கள் இதுவரை பலித்தனவே,” என்று பதிலளித்தது சாத்தான்.

“உருவத்தை மையமாக்கிக் கொள்ளாதே. இப்போதைக்கு இவ்வளவே,” என்று கூட்டாளி மௌனித்தது.

ஏன் திடீரென்று கூட்டாளியின் எச்சரிக்கை? சாத்தான் பல்லி, குடிசையின் கூரையிலிருந்தது. அது விரும்பும் பரபரப்பின் அதிர்வு குடிசைக்குள்.

“ஏன்யா இப்போ ஆந்திராவுக்குப் போறேன்ற?”

“இப்போவே லேட்டு. மரம் வெட்ட ஆளு எடுக்குறாங்க,” கணவன் பதில்.

“அங்கே இல்லாத ஆளா? நீயே பலூன் விக்கிறவன். உனக்கு எதுக்கு இந்தத் தொழிலு புதுசா?”

“இந்த பாருடி. நாலு ஊரு போனாத்தான் வரும்படி.”

“யோவ்... செம்மர வேலைக்கித்தான் போறேன்னு தெருவுல பேசிக்கிறாங்க.

“எல்லாம் ஆந்திராக் காண்டராக்டருங்க.”

அவன் ஒரு சாக்குத் துணிக்குள் சிறிய கோடாலி மற்றும் அருவாளை பத்திரப்படுத்தினான். பெண்ணின் முகம் வெளிரியது.

“சுட்டுத்தள்ளிருவாங்க. போவாதேயா,” கண்ணீரில் அவள் குரல் கம்மியது.

பதில் சொல்லாமல் விருட்டென்று வெளியேறினான்.

அந்த வீட்டின் வரவேற்பறையின் பாதி இடத்தை பெரிய இரண்டு பெட்டிகள் அடைத்திருந்தன. அவற்றின் அடிப்பகுதியில் சிறிய சக்கரங்கள். எஜமானி வேலைக்காரியை சதுர வடிவ எடைக்கருவியைக் காட்டி அதன் மீது ஏறி நிற்கச் செய்தார். 68 என்று எடையைக் குறித்துக் கொண்டார். சிறிய பெட்டி ஒன்றை அவர் கையில் கொடுத்து அதனை தூக்கிக் கொண்டு மறுபடியும் அதன் மீது நிற்கச் சொன்னார். 93 கிலோ எடை காட்டியது.

“ரெண்டு கிலோ குறைக்கணும்,” என்றார் முதலாளியம்மா. “இன்னும் ரெண்டு மணி நேரத்தில ஃபிளைட்டுக்குக்‘ கிளம்பணும்,” என்ற அவரது பரபரப்பை சாத்தான் கடிகார வடிவில் இருந்து கெக்கலித்து ரசித்தது.

அறையில் சென்று பீரோவிலிருந்து உடைகளை எடுத்து பெட்டிகளில் அடுக்குவதும்,பெட்டிகளில் இருந்த புத்தகங்களைக் குறைத்து மறுபடி பெட்டியைத் தூக்கியபடி எடைக்கருவியின் மேல் ஏறி இறங்கி வேலைக்காரி எடை சரிப்பார்க்க, பரபரப்பு மேலும் கூடியது.

“அட்வான்ஸ் கேட்டேனேம்மா...” மெல்லிய குரல் எஜமானி அவர்களின் பரபரப்பில் அவர் காதுகளை எட்டவில்லை.

கடிகாரத்தைப் பார்த்தபடியே, “டாக்டருக்கிட்டே பாப்பாவக் காட்டணும்,” என்றார் வேலைக்காரி.

"இன்னம் ஒரு தடவை வெயிட் பாத்தா நீ கிளம்பிடலாம்," மறுபடி அறைக்குள் சென்று பீரோவைத் திறந்தார்.

கடிகாரத்தைப் பார்த்துப் பார்த்து வேலைக்காரி கொண்ட பரபரப்பு சாத்தானுக்கு ருசியான இருந்தது.

வேலைக்காரி தைரியத்தை வரவழைத்து "அம்மா அட்வான்ஸ்" என்ற படி அறைக்குள் நுழைந்தார். அதற்குள் அம்மா கைபேசியில் பேசத் துவங்கி விட்டார். அவரது கவனத்தை ஈர்க்கவே முடியாது.

நேரம் கடந்து விட்டது. தனது கோரிக்கையை முன்வைக்கவே முடியாது முகம் வாடி கிளம்பினால் போதும் என்ற நிலைக்கு வந்தார் வேலைக்காரி. இன்னும் இரு முறை எடை பார்த்துவிட்டு கடைசியில் வேலைக்காரி கிளம்பியதுடன் சாத்தானுக்கான வேடிக்கை முடிவை எட்டியது.

மாணவர் விடுதியின் அந்த அறையில் நான்கு இளைஞர்கள். இரண்டு கட்டில்களுக்கு இடைப்பட்ட பிளாஸ்டிக் ஸ்டூல் மீது இருந்த அட்டைப் பெட்டியைத் திறந்தவன், "என்னடா ஒரு கேஸ்ல பனிரெண்டு பாட்டில் இல்ல இருக்கணும், பத்துதான் இருக்கு."

உருவமில்லா சாத்தான் இரண்டு பீர் போர்த்தல்களை சத்தமில்லாமல் நகர்த்திச் சென்று காலி செய்திருந்தது அவர்களுக்குத் தெரியாது. "என்னடா இப்டிப் பண்டானுங்க?" என்றான் இரண்டாமவன்.

"எலெக்சன் பத்தியே நினைக்க முடியாது நீங்க ரெண்டு பேரும்." மூன்றாமவன்.

"அவனுங்க போட்ட 'வாட்ஸ் அப்' பொய்யின்னு நீங்க ப்ரூவ் பண்ணவே முடியாது." லேசான எள்ளல் தொனிக்கக் கூறினான் நான்காமவன்.

சாத்தானுக்குக் குறுகுறுவென்றிருந்தது. கொஞ்சம் கொஞ் சமாக நால்வரும் போதையில் விழ, சாத்தான் முதலாமவனது கைபேசியை எடுத்து அதில் 'வாட்ஸ் அப்' செய்திகளை படித்துப்

பார்த்தது. உரத்துச் சிரித்தது. போதையில் அவர்கள் அதை கவனிக்கவில்லை.

“பெரிய ஆப்பா வெச்சிட்டானுங்க. அது இல்லனு நிரூபிக்க இவனுங்க முயற்சி பண்ணாலும் இன்னும் நாலு பேருக்கு அந்த விஷயம் போயிடும். எதிரிங்க கில்லாடிங்க,” என்று மகிழ்ந்தது.

ராஜேந்திரன் அந்த சிறிய விழா மண்டபத்தில் பரபரப்பாயிருந்தார். ‘மகேஷின் முதல் பிறந்த நாள்’ என ஆங்கிலத்தில் எழுதியிருந்த ‘கேக்’ மேடையின் மீது ஒரு சிறிய மேசையில் இருந்தது.

முதலில் ராஜேந்திரன் தலைவரிடம், “உங்கள் இல்ல விழாவை நம் சக ஊழியர்கள் தொழிற்சங்க விழாவாகக் கொண்டாட வேண்டும்,” என்றபோது தலைவர் புரிந்து கொள்ளவில்லை.

“நீங்க ரிட்டையர் ஆனப்புறம்தான் உங்க அறுபதாம் கல்யாணம் வரும். அப்போது இந்த உற்சாகம் இருக்காது,” என்று எடுத்துக் கூறியதுமே தலையாட்டி புன்முறுவலுடன் ஒப்புக் கொண்டார்.

தலைவரின் ஓய்வுக்கு முன்னர் ராஜேந்திரன் தலைவரால், “அடுத்த தலைவர் இவர்தான்,” என அடையாளம் காட்டப் பட வேண்டும்.

“பலூன்காரன் எங்கப்பா?” என்று ஒரு இளைஞரை ஏவினார்.

“இன்னும் காணோம். அவன் மொபைல் சுவிட்ச் ஆப்,” என்றான் அவன். ராஜேந்திரனின் முக வியர்வையும் பரபரப்பும் சாத்தானுக்கு பயங்கர வேடிக்கை.

“நீ போயி பலூன் வாங்கியா,” என அவனிடம் நூறு ரூபாயை நீட்டினார்.

அரங்கம் மெதுவாக நிறைந்தது. குழந்தை ‘கேக்’ வெட்டினான்.

யாரும் ஊதாமல் இருந்த பலூன்களை சாத்தான் உற்சாகமாய் ஊதி விட்டது. ஓநாய், புலி, சிங்கம், நரி, மண்டை ஓடு எனப் பல வடிவங்களில் பறந்த பலூன்கள் மீது கத்தி வடிவ பலூன் மோதியதில் மற்றவை வெடித்துச் சிதறின.

திடீரென ராஜேந்திரன் உடல் பலூன் போல ஊதியது. அவரையும் சாத்தான் நெடிய சுவாசம் இழுத்து எடுத்து ஊதிப் பறக்க விட்டது. அரங்கை விட்டு வெளியே பறந்த அவர் மேலே மேலே பறந்து பறந்து சென்றார். குழந்தைகள் குதூகலத்துடன் கைத்தட்டின.

தர்ம தேவனின் படை வீரர்கள் வேறு பக்கம் விரைந்து பறந்து மும்முரமாய் சாத்தானைத் தேடிக் கொண்டிருந்தார்கள்.

–

வாடாத நீலத் தாமரைகள்

அன்பு பாஞ்சால மகாராணிக்கு, வணக்கங்கள். அம்மா என்று அழைக்காமல் இந்த சிகண்டி உங்களை மகாராணி என்றழைக்கக் காரணம் ஒன்றே ஒன்றுதான். நீங்கள் உங்கள் லிகிதத்தில், அதிகார தொனியில், நான் இந்த வனத்தில் ஒரு சேவகப் பெண்ணுடன் சில வேளை சுகித்திருக்கிறேன் என்பதை சுட்டிக்காட்டி எழுதியிருக்கிறீர்கள். உங்கள் சேகவர்கள் ஒற்றர் வேலையிலும் தேர்ந்தவர்கள். இதே அதிகாரம் அதன் கவசம்தான் பாஞ்சால மகாராஜா எனக்கு ஆயுதப் பயிற்சி செய்வித்த போதோ, என்னை இளவரசன் என அறிவித்த போதோ என்னுள் என்ன நிகழ்கிறது என்பதை புறந்தள்ளச் செய்தது. தாயான உங்களுக்கு நான் மூன்றாம் பாலினள் என்பது நன்றாகவே தெரியும். ஆனால் தந்தையிடம் தாங்கள் சொல்ல வேண்டிய பல சந்தர்ப்பங்களை நான் நினைவு படுத்தி வந்தேன். நீங்கள் அதைப் பயன்படுத்தி உதவாதது ஒரு பக்கம். மறு பக்கம், என்னைப் பேச விடாமல், என் சகோதரி திரௌபதி அல்லது திஷ்டத்துய்மனுடன் என்னைப் பழக விடாமல் அவர் என் அரண்மனையில் என்னைக் கைதி போல வைத்திருந்தார். அவர்கள் இருவருக்கும் நான் ரத்த சம்பந்தமில்லாதவள் என்றும் நீங்கள் என்னை வனத்தில் கண்டெடுத்தீர்கள் என்றும் திரித்துக் கூறப்பட்டது எனக்குத் தெரியாது என்றே நீங்கள் இருவரும் நினைத்தீர்கள்.

நான் அம்பா என்பதும் பீஷ்மரின் முடிவு என் கையில் என்பதும் தெரிந்த பின்தான் இதை நிகழ்த்தினீர்கள். உங்கள் திட்டங்களை நான் யூகிப்பேன் என்று உங்களுக்குத் தோன்றவே இல்லை. போர்ப் பயிற்சிக்கு சென்ற முதல் நாள் என் கண்ணில் அந்தப் பூமாலை தென்பட்டது. பாஞ்சால அரண்மனை வாயிலில் வாடாமல் தொங்கிக் கொண்டிருந்த நீலத் தாமரைகளாலான மாலையை எடுத்து நான் என் அறையில் வைத்ததும் நீங்கள் எச்சரிக்கை ஆனீர்கள். தனிமைப்படுத்தப்பட்டால் பீஷ்மரை விட்டு விடுவேன், நிர்க்கதியாகி செயலற்றவள் ஆகி விடுவேன் என்றே முடிவும் செய்திருந்தீர்கள்.

பெற்றவள், மகாராணி என்னும் பீடங்களை விட்டு ஒருகணம் யோசியுங்கள். பூர்வ ஜென்மத்தில் அம்பாவாக எனக்கு நிகழ்ந்த அநீதிகள் என் மனதை ஆழக் கீறிய பீஷ்மரின் செயல்கள் வேறு எந்தப் பெண்ணுக்கேனும் நிகழ்ந்திருந்தால் அவள் மீண்டொரு பிறவி எடுத்து அவரைக் கொல்லும் வலிமை காட்டி இருக்கவே மாட்டாள். மனம் உடைந்து பைத்தியமாகி இருப்பாள். என்னை என் சகோதரிகள் இருவருடன் சுயம்வரத்தில் வென்று தன் மன்னன் விசித்திரவீர்யன் முன் நிறுத்தி அவரும் என்னை நிராகரித்து மற்ற இருவரையும் மணந்தது என்ன அவமானம் என்பது பாஞ்சால ராஜாவுக்குப் புரியாமற் போகலாம். ஒரு பெண்ணான உங்களுக்குமா புரியாது மகாராணி?

விசித்திரவீர்யன் செய்த அவமானம் அந்த நொடியில் எனக்கு ஆறுதலாயிருந்தது. என் காதலன் இளவரசன் சால்வனை மண முடிக்கலாம் என்ற வாய்ப்பு என்னை பூரிக்கச் செய்தது. பீஷ்மர், விசித்திர வீர்யன் இருவரின் கத்திகளை விடவும் கூர்மையான ஒன்றாக சால்வன் என் நெஞ்சில் ஆழப் பாய்ச்சினான் நிராகரிப்பின் கோடரியை. அதன் மீன் மீண்டும் பீஷ்மனிடம் வந்தால் மீண்டும் சால்வனிடம் திருப்பி அனுப்பினார். நாய் போல் சால்வனிடம் மன்றாடினேனே? அவன் மீண்டும் நிராகரித்தானே? அந்த தண்டனை நிரபராதிக்கு இழைக்கப்பட்ட கொடிய அநீதி. பலராமர் பீஷ்மரின் குரு என்பதால் அவரிடம் அடைக்கலம் புகுந்தேன். தன் சீடனிடம் தோற்ற பின் அபயம்

என வந்த பெண்ணை அவரும் கைவிட்டாரே. இதெல்லாம் எளிய இறந்தகாலச் சம்பவங்கள் இல்லையா உங்களுக்கு?

இந்த ஜென்மத்தில் நான் இச்சித்ததெல்லாம் பீஷ்மரின் முடிவு என் கையால் நிகழ்வது மட்டுமே. என் திருமணத்தால் நான் பீஷ்மரின் தூரத்து உறவுக்குள் இருக்காமல் ஆக்கி விட முடியும் என நினைத்து தாசர்ண நாட்டு இளவரசிக்கு என்னை மணம் முடித்தீர்கள். ஆனால் அவள் எதிர்காலத்தைக் கருத்தில் கொண்டு முதலிரவுக்கு முன்னே அவளிடன் நான் மூன்றாம் பாலினள் என்பதைப் போட்டு உடைத்து, மீண்டும் உங்கள் முகத்தில் விழிக்க விரும்பாமலேயே வனம் புகுந்தேன். என் சுதந்திரம் பீஷ்மரின் முடிவு என்பதை உணர்ந்து நீங்கள் சேவைக்கு தாதிகளையும் காவலுக்கு வீரர்களையும் அனுப்பினீர்கள்.

நான் லிகிதம் எழுதும் இந்தப் பருத்தித் துணியில் அங்கங்கே சொற்கள் என் கண்ணீரால் கலைந்திருக்கின்றன. ஆனால் கலையாமல் மங்காமல் என்னுள் அவமானத்தின் வலியும் பழி தீர்க்கும் ஆக்கிரோஷமும் கொழுந்து விட்டு எரிகின்றன. பீஷ்மரின் அநீதிக்குப் பழி தீர்த்து, கடுந்தவத்தில் சிவபெருமானின் மகன் கார்த்திகேயன் எனக்களித்த நீலத் தாமரை மாலை அணிந்து, சிவனின் வரம் எனும் ஒப்பற்ற சக்தியால் பீஷ்மரைக் கொல்லும் வரை இந்த அம்பா என்னும் சிகண்டி ஓயமாட்டாள்.

என் வயிற்றுக்கு மட்டும் பசிக்கும் என நீங்கள் முடிவு செய்ய வேண்டாம். இன்னொரு பெண்ணுடன் சுகித்திருப்பது என் சுதந்திரம் என்பதையும் மறக்க வேண்டாம். உடலுக்குள் உயிர் இருப்பதால் அடுத்த பிறவி தாமதம் ஆகிறது என்றே என் உயிரை மாய்த்துக் கொண்டு வரம் நிறைவேறும் மறுபிறவிக்குத் தயாரானவள் நான். என் உடலைக் கொல்ல மட்டுமல்ல, அதற்குப் பசித்தால் புசிக்கும் உரிமை எனக்கு எப்போதும் உண்டு.

பீஷ்மரைக் கொன்றதும் என் பிறப்பின் லட்சியம் நிறைவேறும். அதன் பின் நான் உங்கள் வாரிசு என்பதால் நீங்கள் கொள்ளும் அவமானமும் முடிவுறும். என்னால் இன்றே அதைச் செய்ய

முடியும். ஏன் செய்யவில்லை நான் என்பதைக் காலம் காட்டும். மகாராணி பீடத்தைத் தாண்டியும் கசியும் தாயன்பில் நீங்கள் அனுப்பிய ஆடை, ஆபரணங்களுக்கு நன்றி. அன்பு சிகண்டி.

***

குருஷேத்திர யுத்தம் எட்டாம் நாள் இரவு

சிறிய அரண்மனையோ என வியக்க வைக்கும் கூடாரம். தீப்பந்தங்களுடன் சுற்றிலும் வீரர்கள் காவல் காத்து நின்றனர். பீமனுக்கு இருவர் தோள் வலி தீர எண்ணை வைத்து நீவிக் கொண்டிருந்தனர். அர்ஜுனன் மீது அம்பு பட்ட இடங்களில் மஞ்சள் மற்றும் மூலிகை சாறைப் பூசி இருந்தார்கள். தருமர் ஆழ்ந்த சிந்தனையில் இருந்தார்.

"யாதவ மன்னர் ஸ்ரீகிருஷ்ணர் வருகிறார், பராக்..." எனக் குரல் கொடுத்த படி முன் வர மூவரும் எழுந்து நின்றனர். அவர் பாதம் தொட்டு வணங்கினர்.

"கூர்ம வியூகத்தை பீஷ்மரே அமைத்திருந்தாலும் நாம் உடைத்தெறிந்திருக்க வேண்டும்" என்றார் கிருஷ்ணர்.

அர்ஜூனன் பதில் பேசவில்லை. "உங்களுக்குத் தெரியாதா வாசுதேவா? தன் மகன் இரவான் கொல்லப் பட்ட துக்கத்தால் அர்ஜுனனால் அந்த வியூகத்தை முழுமையாக சிதற அடிக்க இயலவில்லை," என்றார் தர்மர்.

"பொழுது சாய்ந்ததால் மட்டுமே நம் சேனை தப்பித்தது" கிருஷ்ணர் பதிலளித்தார்.

"கடோத்கஜனைக் காக்கப் புறப்பட்டேன் கிருஷ்ணா" என்றான் பீமன்.

கிருஷ்ணர் சில நொடிகள் மௌனம் காத்தார். பின்னர் "உங்கள் மைத்துனி சிகண்டி களமிறங்க வேண்டிய காலம் வந்து விட்டது."

"அது அவமானம்" என்றான் அர்ஜுனன்.

“நீ மேலும் விளக்க வேண்டாம் பார்த்தா. நாளை நீ பீஷ்மரை வெல்லும் பட்சத்தில் அவள் வர மாட்டாள்,” என்றார் கண்ணன்.

***

குருஷேத்திர யுத்தம் ஒன்பதாம் நாள் இரவு

“இன்றைக்கு பீஷ்மர் தான் யார் என்பதைக் காட்டினார். அர்ஜுனன் தடுத்திருக்கா விட்டால் என் சபதத்தையும் மீறி பீஷ்மரை என் சுதர்சனச் சக்கரத்தால் வதைத்திருப்பேன். இனியும் என் திட்டத்தை நீங்கள் ஏற்காவிட்டால் தர்மம் தோற்கும். பாஞ்சாலி சபதமும் பீமன் சபதமும் என்றுமே நிறைவேறாது”.

“தங்கள் முடிவுக்கு நாங்கள் கட்டுப் படுகிறோம்“ என்றார் தர்மர்.

“யாரங்கே... சிகண்டியை வரச் சொல்லுங்கள்” என்றார் கண்ணன்.

சிகண்டி வரும் முன்னே தாமரை மலர் வாசம் முன் வந்தது. தன் அருகில் இருந்த ஆசனத்தைக் காட்டி “அமர்வாய் சிகண்டி” என்றார் வாசுதேவன். “பரவாயில்லை. ஸ்ரீ கிருஷ்ணரே... மைத்துனிக்கு சரியாசனம் கிடையாது என்னும் பாரம்பரியம் என்னால் மாறி விட வேண்டாம்.”

அனைவரும் மௌனமாயிருந்தார்கள். “நாளைக்கு என் இடம் உனக்கு?” என்றார் கிருஷ்ணர்.

“என்ன இடம் அது?” எனப் புருவத்தைச் சுழித்து வினவினாள் சிகண்டி.

“நீ தான் நாளை அர்ஜுனனுக்கு தேர் ஓட்டப் போகிறாய்.”

***

குருஷேத்திரம் பத்தாம் நாள் யுத்தம் பகல்

பீஷ்மரின் தேருக்கு எதிரே தேரை, நீலத் தாமரைகளால் ஆன மாலையை அணிந்த சிகண்டி செலுத்த, நேரெதிர் பீஷ்மர் தென்பட்டதும் “வணங்குகிறேன் பிதாமகரே” என்று தலை

குணிந்து வணங்கினான் அர்ஜுனன். சிகண்டி நேரடியாகவே "எச்சரிக்கை பீஷ்மரே..." என்றாள். "நீ ஆண் இல்லை. ஆண் அல்லாத ஒருத்திக்கு எதிராக நான் ஆயுதம் ஏந்த மாட்டேன்" தமது வில்லை தேர் இருக்கையின் பின் பக்கம் வைத்துக் கை கட்டி நின்றார் பீஷ்மர். "பெண்ணின் மீது அம்பு எய்வது தவிர அவள் ஆன்மாவையே குதறும் அவமானம் அநியாயம் எல்லாம் செய்யலாம் இல்லையா பீஷ்மரே. ஒரு ஆண் ஒரு சபதம் எடுத்தால் எத்தனை பெண்ணையும் என்ன வேண்டுமானாலும் செய்யலாம் இல்லையா பீஷ்மரே?" சிகண்டி படாரென பதிலளித்தாள். பீஷ்மர் மௌனித்து நின்றார்.

சிகண்டியின் சில அம்புகள் குறி பார்த்து அவரைத் தைத்தன. ஆனால் ஆழ ஊடுருவவில்லை. பல திசை தவறின. அருகே வந்த துரோணரையும் பிறரையும் கையசைத்து அனுப்பினார் பீஷ்மர். அர்ஜுனன் கண்ணில் நீர் தளும்பியது. மாவீரர்களுள் தலை சிறந்தவருக்கா இந்த கதி? "என்ன கண்ணீர் இந்த யுத்த பூமியில் பார்த்தா?" தனது தேரில் அமர்ந்திருந்த கிருஷ்ணர் குரல் கொடுத்தார். "எட்டாம் நாள் கையில் சக்கரத்தை எடுத்தேன். இன்று அதை விடுத்து அவரை அழிப்பேன். நீ அழுது கொண்டே இரு." சில கணங்கள் தயங்கிய பின் "அப்படியே வாசுதேவரே" என்ற பார்த்தன் வில்லை எடுத்து இடை விடாது அம்புகளை எய்தான். அமிலம் போல சுட்டு எரித்த படி ஊடுருவியவை அர்ஜுனனின் அம்புகள் என்று உணர்ந்த பீஷ்மர் நீண்ட நாளாக தான் தேடிய விடுதலை நெருங்கியது என்றறிந்து மனதுக்குள் ஆனந்தம் கொண்டார். நூறு அம்புகளோ என்னுமளவு அவரின் முன்னே பின்னே எல்லா இடத்திலும் அம்புகள் தைத்ததும் அவர் நிலை குலைந்து கீழே விழுந்தார். அம்புகள் படுக்கையாக அவர் சரிந்தார்.

***

குருக்ஷேத்திரம் பதினெட்டாம் நாள் யுத்தம் இரவு

அஸ்வத்தாமன் கத்தியால் உடலெங்கும் வெட்டுண்டு கிடந்தாள் சிகண்டி. விலங்குகள் அவளை நெருங்காமல் வீரர்கள் தீவட்டியுடன் சுற்றி நின்றனர். தனது புதலவர்களையும்

சகோதரனையும் இழந்த திரௌபதிக்கு ஆறுதல் கூறிக் கொண்டிருந்த கிருஷ்ணர் விவரம் கேட்டு ஓடோடி வந்தார்.

மருத்துவர் ஒருவர் காயங்களைத் துடைத்துக் கட்டுப் போட்ட படி இருந்தார். ரத்தம் கட்டுப்படுத்த இயலாமல் வழிந்து கொண்டிருந்தது. மிகவும் சிரமத்துடன் வலது கையை அசைத்து அருகே வா என்றாள் சிகண்டி.

அருகே சென்று அமர்ந்து அவள் தலைமீது தடவி கொடுத்தார். “என்னை மடியில் வைத்துக் கொள்ளுங்கள் வாசுதேவா” மெல்லிய குரலில் இறைஞ்சினாள். அவளை மடியில் கிடத்திக் கொண்டதும் கிருஷ்ணரின் பட்டு வேட்டி முழுதும் ரத்தம் பரவியது.

“மகளே என ஒரு முறை அழையுங்கள் கிருஷ்ணா.”

“மகளே” என்று சொல்லி முடிக்கும் முன் அவர் குரல் கம்மி அவர் கண்களில் நீர் வழிந்தது.

“என் அம்மாவிடம் ஒன்று சொல்ல வேண்டும். செய்வீர்களா?” தலையசைத்தார்.

“ஒரு லிகிதத்தில் ஏன் நான் முன்னரே பீஷ்மரை அழிக்கவில்லை என்று ஒரு புதிர் போட்டிருந்தேன். இன்று பாண்டவர் வெல்லத் தடையாயிருந்த பீஷ்மர் வீழ நானே மூல காரணமானேன் என வரலாறு பேசும் அதற்காக என்று கூறுங்கள்.”

மூச்சுத் திணறிக் கொண்டிருந்தது. பேச சிரமப்பட்டாள்.

“வரலாறு ஆண்பால் பெண் பால் அல்லது மூன்றாம் பால் பேதமற்றது தானே கிருஷ்ணா?”

கிருஷ்ணரால் பதில் கூற இயலவில்லை.

***

ரத சப்தமிக்கு இன்னும் சில நாழிகைகளே மிச்சமிருந்தன. பாண்டவர் ஐவரும் விதுரரும் கிருஷ்ணரும் அம்புப் படுக்கையைச் சுற்றி நின்றிருந்தனர்.

ஈக்கள் பீஷ்மர் மீது அமரா வண்ணம் முன்னும் பின்னும் நடந்து சாமரம் வீசும் பரிசகர்களுக்கு வழி விட்டு அவர்கள் நின்றனர். அவருடலில் பல இடங்களில் போடப்பட்டிருந்த பருத்தித் துணியாலான கட்டுகள் மீது பச்சையும் மஞ்சளும் கலந்த நிறம் பரவி இருந்தது. அர்ஜுனனின் கண்களில் இருந்து கண்ணீர் பெருகிற்று. மூடி இருந்த பீஷ்மரின் இமைகளுக்குள் விழி அசைவது தெரிந்தது. காய்ந்து கிடந்த அவரது உதடுகளும் அசைவது போல் தோன்றியது.

“மகனே, பீஷ்மா, இன்னும் சில நாழிகை தான், உன் துயரம் முடிவுக்கு வந்து விடும். உன் ஆன்மா என்னைத் தேடி வருமடா. உன் உடலின் சாம்பலைக் கூட என்னுள் கரைத்து விடுவார்கள். உன் காயங்களைப் பார்த்து இந்தத் தாயுள்ளம் மிகவும் வருந்துகிறதடா.”

பீஷ்மரின் இமையோரத்தில் இருந்து கண்ணீர் கசிந்து கன்னத்தில் வழிந்தது. “மிகவும் வலிக்கிறதா பிதாமகரே. என் கைகளால் உங்களைக் காயப்படுத்தினேனே,” அர்ஜுனன் கதறினான்.

“பார்த்தா, அவரிடம் இப்போது எதுவும் பேசாதே. கங்கை மாதாவோடு பேசிக் கொண்டிருக்கிறார்,” என்றார் கண்ணன்.

“அம்மா, உடலின் காயங்களின் வலி ஒன்றுமே இல்லை. மனம் மிக வேதனைப்படுகிறது.”

“என்னடா கண்மணியே உன்னை அப்படி நோக வைக்கிறது?”

“சிகண்டியின் கேள்விகள் அர்ஜுனனின் அம்புகளுக்கு முன்பே என்னை வீழ்த்தி விட்டன. அவளுக்கு நான் பெரிய அநீதி இழைத்து விட்டேன். என் உயிர் பிரியும் முன்பே அவள் உயிர் பிரிந்துவிட்டது. இனி பரிகாரம் செய்யவும் வாய்ப்பே இல்லை.”

“இது குற்ற உணர்வு. இதனால் இந்தப் பயனும் இல்லை, மைந்தா !

“ஆனால் மனம் வருந்துவதும் கழிவிரக்கம் கொள்வதும் பயன் பார்த்து நடப்பதில்லையே, தாயே?”

“இது சாதாரண மனிதருக்குப் பொருந்தும் தேவவ்ரதா. என்னால் வளர்க்கப்பட்டு பரசுராமரிடம் போர்ப் பயிற்சியும் வசிஷ்டரிடம் வேத சாத்திரங்களையும் பயின்றவன் நீ. உனக்கே எது தர்மம் எனும் தெளிவில்லை என்பது இத்தனை காலம் கடந்து புரிய வந்திருக்கிறது. ஆனால் சிகண்டி மட்டும்தான் உன்னால் வஞ்சிக்கப்பட்டவள் என நீ நினைப்பது சிறுபிள்ளைத்தனமடா.”

“ஐயோ, என்னம்மா இது, மேலும் என் மனம் பதறுகிறதே.”

“அவசர கதியில் உணர்ச்சி வசத்தில் ஒரு வறட்டு சபதம் எடுத்து அதை வாழ்நாள் எல்லாம் கட்டிக் காத்து, நீ சிகண்டியை மட்டுமல்ல, பாஞ்சாலியையும் அவமானத்துக்கு ஆளாக்கினாய். அது மட்டுமா? உண்மையில் சிகண்டியின் நிலைக்கு அவளின் பங்கும் உண்டு. ஆனால், பாஞ்சாலியைக் காத்து தர்மாவேசம் காட்டியிருக்க வேண்டிய நீ தர்மத்தை விட உன் வறட்டு சபதம் உயர்ந்தது என வாயடைத்து நின்றாய்.”

“மிக உயர்ந்த நோக்கில் என் தந்தையின் நலனுக்காக எடுக்கப் பட்ட சபதம் அம்மா அது. உனக்குத் தெரியாதா?”

“உன் நோக்கம் உன் குடும்பம் உன் தந்தை வாழ எதுவும் செய்யலாம் என்றால் வரும் தலைமுறைகளும் அதையே செய்யலாமா? சொல்லடா.”

“எளியேனுக்குப் புரிகிற மாதிரி சொல்லேன் அம்மா. இத்தனை தாமதமாக சொல்லாமல் முன்பே என்னை நாள் வழிப்படுத்தி இருக்கலாமே?”

“அன்புக் குழந்தையே, ஆயுள் முழுதும் நீ பெருமிதத்துடன், ராஜ குடும்பப் பின்னணி, போர்த் திறன், இதற்கெல்லாம் மேலாய் வறட்டு சபதம் இவற்றுக்காக அற்பர்கள் பாடிய புகழ்ப் பரணியில் அகம்பாவம் பிடித்தலைந்தாய். கழிவிரக்கமும் தன்னைச் சீர்தூக்கும் பக்குவமும் இன்றுதான் உனக்கு வந்திருக்கின்றன. யோசித்துப் பார், என்றேனும் என்னிடம் நீ வழிகாட்டுதல் கேட்டதுண்டா? சபதம் எடுக்கும் முன் என்னைக் கேட்டாயா?”

"தவறி விட்டேன் தாயே. பாஞ்சாலிக்காக மன்னனை எதிர்த்தால் அது சபதத்தை முறிக்கும். அதுவும் தர்மத்துக்கு விரோதமானது தானே? இரண்டு தர்மங்கள் எதிரெதிரே நின்றால் எதுதான் தர்மம்?"

"மிக எளிய விடை இதற்கு உண்டு தேவவ்ரதா. இப்போது கூட உன் தரப்பு நியாயம் என்கிறாயே. நியாயத்தின் பக்கம் நிற்பது அநியாயத்தைத் தட்டிக் கேட்பது இதுவே அடிப்படை தர்மம் என்பது உனக்கு இப்போதாவது புரிய வேண்டும்."

"இது அறியாமலேயே உயிர் பிரியாது, எனைக் காத்தாய், நன்றியம்மா. பாஞ்சாலிக்கு நான் அரணாக நின்றிருக்க வேண்டும். சிகண்டியின் பங்கும் உண்டு அவள் நிலைக்கு என்றாயே அதுதான் புரியவில்லை."

"திருமணம் குடும்பம் என்பவையே தனக்கு விதிக்கப் பட்டவை என சிகண்டி நினைத்தாள். அதனாலேயே அவமானம் தொடர்ந்தது. சீதை தாமதமாகவேனும் தன் நாயகன் செய்த அவமானத்துக்கு பதிலடியாக அவனை விட்டு நீங்கி பூமித்தாய் மடிக்குத் திரும்பினாள். சிகண்டி தனித்தே வாழ்ந்து காட்டியிருந்தால் எதிர்காலப் பெண்களுக்கு பெரிய வழிகாட்டுதல் கிடைத்திருக்கும்."

"உன்னிடம் நான் எப்போதோ ஆலோசனை கேட்டிருக்க வேண்டும், அம்மா. மன்னிப்பாயா?"

"ஆனால், உன்னை வரலாறு மன்னிக்காதே மகனே. உன் தாய் கண்டிப்பாக மன்னிப்பேன்." பீஷ்மரின் உதட்டசைவும் விழி அசைவும் நின்றன. சஷ்டி முடிந்து சப்தமி துவங்கியது.

–

தப்புதான்

இரவு மணி ஒன்பதைக் கடந்து விட்டது. அரசு ஊழியர் குடியிருப்பில் கலவையான தொலைக் காட்சி நிகழ்ச்சிகளின் சத்தம். விளம்பரம் எது வசனம் எது என்று தரைத் தளத்தில் காத்திருந்த சகுந்தலைக்குத் தெரியவில்லை.

"பசிக்கிது," என்று மறுபடியும் ஆரம்பித்து விட்டான் அஜய். அவனுடைய அம்மா அவனை எப்படித் தான் சமாளித்தாளோ என்று சகுந்தலை அடிக்கடி வியப்பாள். வீட்டை மீறிய திருமணம் இல்லாவிட்டால் அவளிடமே கேட்டு விடலாம்.

"அஜய், அக்காவப் பாக்கிறதுனு வந்துட்டோம். இன்னும் அரை மணி நேரம் வெயிட் பண்ணலாம். பசிபசினு பறக்காதே."

"அக்காவ இன்னிக்கே பாக்கணுனு என்னடி கட்டாயம்?",

"ம், இன்னிக்கி நாள் நல்லாரிக்கு. பசி பசினு பரிதவிக்கிறியே. நாம வேலைக்கிப் போவலியேன்னு ஃபீல் பண்ணிருக்கியா?"

"நா என்னடி அப்ளை பண்ணாமயா இருக்கேன்? கிடைக்கலேனா என்ன செய்வேன்?"

"அடியேனு கூப்பிடறதிலே மட்டும் நீ புருஷனா இருக்கக் கூடாது. அக்கா எதாவது ரெக்கமண்டேஷன் பிடிச்சுத் தருவாங்க. நீ நான் ரெண்டு பேருமே அத வெச்சி வேலையப் பிடிக்கணும்."

“அவங்க மொபைல் ஸ்விட்சாஃப்னியே”.

“அவங்க கலெக்டர் ஆஃபீஸ்ல பிஆர்ஓ. மீட்டிங்னா ஸ்விட்சாஃ பண்ணிருப்பாங்க.”

“உன்னை ட்ராப் பண்ணட்டுமா?” மேனகா படுக்கை யிலிருப்பவனின் தாராளத்துக்கு வழக்கமான பதிலைத் தந்தாள் மேனகா, “ஆட்டோ பிடிச்சுப்பேன்.”

இன்றைக்கு மாவட்டத்தின் எல்லா ஏரி குளங்கள் தூர் வாரப்பட்டதின் நிலைமை பற்றிய விவரங்கள் பற்றிய அவளது ‘ஸ்லைடுகளை’ கூட்டம் முடிந்தபின் கலெக்டர் மிகவும் பாராட்டினார். மேசைக்கு வந்து கைபேசியை எடுத்தால் இவன் ‘இன்று என்னைக் கைவிடாதே அது இது’ என மிகவும் அளந்திருந்தான். அவன் குடும்பத் தொழில் நிறுவனங்களுள் ஒன்றின் ‘கெஸ்ட் ஹவுஸி’ல் தான் அவர்கள் சந்திப்பு.

“உங்க மேனகா அக்காவுக்கு இவ்ளோ இன்ப்ளூவன்ஸ் இருக்கின்னா ஏன் உங்கப்பாம்மா பிடிவாதத்தைத் தளர்த்திக்கிட்டு அவங்க கூடவே இருந்திடக் கூடாது?”

“உனக்கு இதெல்லாம் புரியாது அஜய். எங்க அண்ணிக்கோ அவங்க குடும்பத்துக்கோ மேனகா எனக்கு அக்கானே தெரியாது. ஒரு பையன் இருந்தா காணாப் போயிட்டானுதான் அப்பா சொல்லிருக்காரு.”

“நான் கூட எங்கப்பா அம்மாக்கிட்டே சொல்லல.”

“உடனே உங்க அப்பா அம்மாவை சேத்துக்காத. நீ சொல்லல தானே. என்னை ஏன் ஏத்துக்கல்லே?”

“சகி, புரியாமப் பேசாதே. அவங்க இன்னதுதானு சொன்னா உன்னை என்னிக்கிமே ஏத்துக்க மாட்டாங்க, அதான்.”

ஆட்டோ சத்தம் அவன் பேச்சை நிறுத்தியது. நளினம் கம்பீரம் இரண்டும் கலந்த உடல் மொழி உயரமான மேனகா. முதன் முதலில் பார்ப்பதால் அஜய்யைத் தெரியவில்லை.

"வா சகுந்தலா," என்றபடியே அவள் தோளில் தட்டினாள்.

"இதான் அஜய்கா. கல்யாண போட்டோ வாட்ஸ் ஆப்ல அனுப்பி இருந்தேனே."

"வெளிச்சம் கம்மியா உடனே தெரியல. வாப்பா," என்றபடி வாயிற் கதவைத் திறந்தாள். "வேலை ஜாஸ்தியாக்கா?"

"இன்னிக்கி ஜாஸ்தி. என்ன சாப்பிடறீங்க?"

"இன்னொரு நாளைக்கி சாப்பிடறோம்கா. நாங்க குடியிருக்கறது ஒரு அவுட் ஹவுஸ். ஓணர் பத்து மணிக்கே கதவை சாத்திருவாரு."

"ஒன் மினிட்," தன் அறைக்குள் நுழைந்து திரும்பிய மேனகா இரண்டாயிரம் ரூபாய் நோட்டு ஒன்றை எடுத்து வந்து கொடுத்தாள். "உன் கல்யாணத்து என் கிஃப்ட்."

"அதெல்லாம் எதுக்குக்கா?" என்று இழுத்த சகுந்தலா அதை வாங்கி அஜய்யிடம் கொடுத்தாள்.

"லெட்ஸ் ஹாவ் காஃபீ அட் லீஸ்ட்," என்றபடி மேனகா சமையலறையில் நுழைந்தாள். சகுந்தலையும் உடன் சென்றாள். தான் வந்த காரணத்தைக் கூறினாள்.

"மேரேஜ் பண்றதிலே பிரச்சனை இருக்கு. அப்பா வேறே மாப்பிள்ளை பாக்கறாருன்னே போலீஸ் மூலமா சால்வ் பண்ணினேன். சென்னையிலே வேலை ஏகப்பட்டது இருக்கு. உங்களாலே இதைக் கூட சால்வ் பண்ணிக்க முடியாதா? இந்த தடவை ஹெல்ப் பண்றேன்", கைப் பையில் தேடி இன்றைய நண்பனின் 'விசிட்டிங் கார்டை' எடுத்துக் கொடுத்தாள்.

"இவரைப் போய் பாரு."

தான் அவர்களைப் போல இருந்திருந்தால் ஒரு வேளை காலில் விழுந்து ஆசி வாங்கி இருப்பார்கள் என்றெண்ணிக்கொண்டாள் மேனகா.

அப்போது இவளுக்கு ஐந்து வயது. தன்னையும் சகுந்தலாவையும் அப்பா திருப்பூரிலேயே போய் நிறைய துணி வாங்கித் தருகிறேன் என்றுதான் கூட்டிப் போனார். பகலில் வேலை இரவில்

பள்ளிக்கூடம் என்பதை, வெறும் பள்ளிக்கூடம் என்று சொல்லி அப்பா விட்டுவிட்டுப் போய் விட்டார்.

குரல் உடையும் வயதில் தனக்கு மீசை முளைக்காமல் இனிய குரலே தொடர்ந்தபோது, காலம் தாழ்த்தவே அவர் விரும்பவில்லை. அம்மா ஒவ்வொரு முறையும் தனியே வந்தாள். ஆறு மாதத்துக்கு ஒரு தடவை. பன்னிரண்டாம் வகுப்பில் தனது நல்ல மதிப்பெண்ணுடன் விவரமும் செய்தித் தாளில் வந்ததும் அம்மா தொடர்பும் அறுந்தது.

சகுந்தலா நிறையவே வளர்ந்து விட்டாள். அவள் கணவனுடன் மோட்டார் பைக்கில் செல்லும்போது மனது சந்தோஷப் பட்டது. சென்னை கலெக்டர் அலுவலகத்தில் மேனகா வேலைக்கு சேர்ந்த விவரமும் ஊடகங்களில் வெளியானது. ஆனாலும் தன் திருமணத்தில் பிரச்சனை என்றபோதுதான் சகுந்தலா தன்னைக் காண வந்தாள். இன்னும் அம்மாவையும் அப்பாவையும் பார்க்கவே இல்லை. பதினைந்து வருடங்களுக்கு மேல் ஓடி விட்டன.

மணி பத்தும் அடித்துவிட்டது. கண்ணீர் தளும்பிக் கொண்டே இருந்தது. உணவு உண்ண முனைப்பில்லை. பாலை மட்டும் அருந்தினாள்.

இரவு படுக்கையில் இருந்த அவளை ஆஜானுபாகுவான ஒருவர் இரு கைகளால் தூக்கித் தோளில் அணைத்துத் தலையை வருடிக் கொடுத்தார்.

அந்த இருளிலும் பிரகாசமாயிருந்தது. ஆயுதங்கள், அலங்கார நகைகள் ஏதுமில்லாமல் கூத்தாண்டவரா? அவளால் நம்ப முடியவில்லை. அவரேதான். அவர் முகம் கொடுவா மீசை குத்தாமல் அணைத்தவர். “உன் அப்பா அம்மா எல்லாரையுமே ஏன் பார்க்க மாட்டேங்கறே?” என்றார்.

“தப்புதான் சாமி.”

“வா... உன்னைத் தூங்க வைக்கிறேன்”, மடியில் போட்டு மெல்லத் தட்டினார். தன்னையும் அறியாமல் தூங்கிப் போனாள்.

இடையறாது வாகன ஒலிப்பான்களின் ஓசை, புகை, தூசி எல்லாம் அடங்கி, எல்லாக் கடைகளும் 'ஷட்டர்' போடப் பட்டிருந்தன. தெரு ஓரத் தள்ளு வண்டிக்காரர் 'பிளாஸ்டிக் ஸ்டூல்' களை ஒன்றின் மேல் ஒன்றாக அடுக்கி, வண்டிக்குள் வைத்துக் கொண்டிருந்தார். இன்னும் சில நிமிடங்களில் அவர் வண்டியைத் தள்ளி கொண்டு கிளம்பி விடுவார்.

"யூரோ ப்ளே ஸ்கூல்" என்ற பெயர்ப் பலகை நியான் விளக்கில் மின்னிய தனி வீடு மட்டும் அந்தத் தெருவில் வித்தியாசப் பட்டது. அதன் வாயிலில் ஒரு கூண்டுக்குள் இருந்தார், சீருடை அணிந்த மிடுக்கான காவல்காரர். அதன் வலது பக்கம் இருந்த அந்த வணிக வளாகத்தில் இரண்டு மாடிகள் முழுக்க நிறைய கடைகள், சிறு சிறு அலுவலகங்கள் இருந்தன. மூன்றாவது மாடி மொட்டை மாடி. இரண்டாம் மாடியிலிருந்து ஏறும் படிகளின் முடிவில் இருந்த சிறிய நடையில் காஞ்சனா படுத்திருந்தாள். கொசு விரட்டும் 'க்ரீமை' மறக்காமல் தடவிக் கொண்டு தான் படுத்தாள். இதுவே வெயிற் காலமாக இருந்தால் மொட்டை மாடியிலேயே படுத்துக் கொள்வாள்.

இரவு இரண்டு மணி போல அடி வயிற்றிலிருந்து கமறி இருமுவது போன்ற சத்தம். என்னாச்சு கருப்பு அண்ணனுக்கு? தலை மாட்டில் இருந்த சிறிய அலமாரியில் இருந்த பூட்டைத் தன் கழுத்துச் சங்கிலியில் (கவரிங்) கோர்த்திருந்த சிறிய சாவியால் திறந்தாள். துணிகளுக்கு அடியில் 'குவார்ட்டர்' பாட்டிலில் பாதி அளவு பிராந்தி இருந்தது. கையில் எடுத்துக் கொண்டு, தலையை சீப்பால் சரி செய்தவள், ஒவ்வொரு மாடியில் இறங்கும் போதும் படியில் வெளிச்சம் தெரிய, மின் விளக்குப் பொத்தான்களை இயக்கியபடியே வந்தாள். சுற்றுச் சுவருக்கும் தரைத்தளக் கடைகளுக்கும் சுமார் பத்தடி தான் இடைவெளி அதில் ஒரு மடக்குக் கட்டில் மேல் கருப்புசாமி படுத்தபடி இருந்தார்.

காஞ்சனா அவரை நெருங்கும் போது இருமல் சத்தம் இன்னும் தெளிவாகக் கேட்டது. "இன்னா கருப்பண்ணே? இந்த இருமல்?"

"என்ன பாப்பா, இன்னுமாத் தூங்கலே?"

"இருமி என்னை எளுப்பி விட்டுட்டு இன்னாக் கேள்விண்ணே இது?"

"என்னம்மா பண்றது? குளிர் நாளுன்னா எங்கிருந்தோ சனியன் பிடிச்ச இருமல் வந்திடுது"

"ஏண்ணே, பேசாம பகலு டியூட்டி மாத்திக்கிறது தானே?", "மவனுக்குக் கலியாணம் ஆயிருச்சு, பீரோ ஒண்ணு ஹால்லே எக்ஸ்ட்ராவா மருமவ வெச்சிட்டா. இருக்கிறது ஒரே ரூம்பு. ஹாலிலே யானை மாதிரி என் பொண்டாட்டி படுத்தா எனக்கு இடமில்லே. அதான் இந்த டியூட்டி. பகலிலே அவன் வேலைக்கிப் போயிருவான். நா ரூம்லே படுத்துத் தூங்குவேன். ரெண்டு பொம்பளைங்களும் ஹால்லே அளுவை சீரியலாப் பாத்து வம்பளக்குங்க."

"கொஞ்சம் சரக்கு இருக்குண்ணே. ஊத்திப் படு. கொஞ்சமானும் இருமலைக் கேக்கும்."

"ஆமா... ஜெராக்ஸ் கடையிலே உனக்குத் தர்ற ஆராயிரத்துக்கு எப்பிடித்தான் வவுத்தக் களுவுரியோ. இதுலே நீ எப்பவானும் வாங்குற சரக்கிலேயும் முக்காவாசி நானே தான் குடிக்கிறேன்."

"இரு வரேன்" என்றவள் முதல் மாடிப் படிக்குக் கீழே இருந்த அவரின் முதுகுப் பையில் இருந்து எவர்சில்வர் டம்ளரையும் தண்ணீர் பாட்டிலையும் எடுத்து வந்தாள். "முதல்லே நீ குடி" என்றவள், "உனக்கு சமானமா நாங்குடிச்சா படுத்தேன்னா என்னை கவனிக்க நாதி இருக்காண்ணே?"

"நான் இருக்கேன் பாப்பா, உனக்கு," என்றவருக்கு அவள் பதிலேதும் கூறவில்லை.

மதுவையும் தண்ணீரையும் கலந்து மூன்று நான்கு முறை குடித்தபின், "கொஞ்சம் உனக்கும் இருக்கு. ஊத்திக்க," என்றார். பாட்டிலுக்குள் கொஞ்சம் தண்ணீர் ஊற்றி அப்படியே மிடறு மிடறாகப் பருகினாள் காஞ்சனா.

“ஏன் பாப்பா, தையல் கத்துக்கிட்டா இன்னும் உனக்கு சம்பளம் கூடவே கிடைக்குமே. நல்ல இடத்திலே நீ குடி போயிறலாமே.”

“எங்கள மாதிரி திருநங்கைக்கிப் பாதுகாப்பான இடம் தான் தேவைண்ணே. இங்கே உங்கள மாதிரி நிறைய செக்யூரிட்டி, போலீஸ் வேன் அடிக்கடி ரோந்து சுத்தும். என்னமாதிரி இருக்கிறவளுங்க வெளியிலே ரொம்ப அவதிப் படறாளுக. அப்டியே அலையிறானுங்க. நாயிங்க. இங்கே கூட்டிப் பெருக்கினாப் போதும் தங்குறதுக்கு வாடகையும் கிடையாது. தள்ளு வண்டிக் கடை ரெண்டு மூணு இருக்கு. வேறே என்னாண்ணே வேணும்?”

“மேனகாக்கா... வேண்டாம்... தமயந்தியைப் பத்தி உங்களுக்கே தெரியும், உங்க உசுருக்கும் ஆபத்து என் உசுருக்கும் ஆபத்து.”

கண்ணீர் ததும்பக் கெஞ்சினாள் மாதவி. பளாரென அவள் கன்னத்தில் அடித்தாள் மேனகா. நிலைகுலைந்து போனாள் மாதவி.

“என்னக்கா தமயந்தி கெட்டவன்னு நீங்களும் தானே அடிக்கிறீங்க.”

மறு கன்னத்தில் ஓங்கி அறைந்தாள் மாதவி...“யம்மா” என்று குரலிட்டு அவள் அழுவது அண்டை வீட்டுக்குக் கேட்டிருக்கலாம்.

“என்னடி என்னையும் அந்தத் தமயந்தியையும் ஒண்ணா வெச்சிப் பேசறே. அவ ரயில்ல பிச்சை எடுக்கச் சொன்னா எடுக்குறே. மீனம்பாக்கம் சிக்னல்ல ஆட்டோல போற பொம்பளைங்க கிட்டே வழிப்பறி பண்ணச் சொன்னா செய்யிற, வேணாண்டினு நா சொன்னா... நா கெட்டவளா?”

“ஆமா நீ கெட்டவதான். எங்க எல்லாருக்கும் தெரியும்,” அழுகையுடன் குரல் நடுங்கக் கூறினாள் மாதவி.

“இன்னாடி தெரியும்? சொல்றீ,” கையை ஓங்கினாள் மேனகா.

"மிரட்டினா, நெஜம் பொய்யாயிருமா... எனக்கென்ன பயம்... நீ தொழிலு பண்றியாம்?"

"நான் பணம் வாங்கிக்கினு படுத்தேன்னு உங்களுத் தெரியுமாடி? கவர்மெண்டுலே எனக்கு எம்மாம் சம்பளம் தாறாங்கனு தெரியுமாடி?"

மாதவி பதில் பேசாமல் விரல்கள் பதிந்த கன்னங்களைத் தடவிக் கொண்டிருந்தாள்.

"உங்களை மாதிரியே என்ன நெனச்சீங்களா? நான் வேணுங்கிறப்போ எனக்கு சுகம் வேணும்னா படுக்குறவ. அவனுங்க நட்புதான் அதுக்கு அவனுங்க தர்றது. ஒவ்வொருத்தனும் தன் உடம்புல இத்தனை சுகம் இந்த அளவு எப்படினு என் கிட்டே கிறங்கிக் கிடக்கறவனுங்க. இன்னிக்கி உன்னை தமயந்திக் கிட்டேயிருந்து மீட்டிருக்கேன். எப்படித் தெரியுமா? சொல்லுடி?"

தெரியாது எனத் தலையை ஆட்டினாள் மாதவி. "தெரிஞ்சுக்கோ. சென்னையிலே முக்கிய போலீஸ் அதிகாரி என் நண்பர். நா ஒரு போன் பண்ணினாப் போதும். அவரு பாத்துக்குவாரு. சீக்கிரம் அழுகையை நிறுத்திட்டுச் சாப்பிட வா," என்றவள் உணவு மேசையில் போய் அமர்ந்து தனது கைபேசியில் ஆழ்ந்தாள்.

சில நிமிடங்கள் கழித்து மாதவி முகம் கழுவி வந்தாள். "யக்கா, நிஜமாகவே என்னாலே தமயந்திக் கிட்டே இருந்து தப்பிக்க முடியுமா?"

"முதல்லே சாப்பிடு... பிரியாணி வாங்கி வந்திருக்கேன்..."

சாப்பிட்டதும் மாதவி சற்றே சகஜமானாள். தன் அறைக்குப் போய் ஒரு புதிய பயணப் பெட்டியை மேனகா கொண்டு வந்தாள்.

"இதிலே ஒரு மாசத்துக்கு உனக்குத் தேவையான துணி இருக்கு. ரெடிமேட் பிளவுசு. போயி அளவுக்குக் கச்சிதமா கைத்தையல்

போட்டுக்கோ. உள்ளே போடறதையெல்லாம் வாங்கிக்கோ. பணம் தர்றேன். திருப்பூர்லே அதெல்லாம் சீப்தான்."

"இல்லக்கா, எனக்குத் தையல் தெரியாது..."

"அது எனக்கும் தெரியும் உன்னை வேலைக்கி வெக்கிறவனுக்கும் தெரியும். அவன் என்னோட வேலை பாத்து இப்போ தானே ஏற்றுமதி பண்ற அளவு வளந்தவன். பேக்டரியிலே டார்மிடரி இருக்கு. நீ வெளியேவே வர்ற வேண்டாம். புது சிம் வாங்கு. என் கிட்டே பிசிஓலே இருந்து பேசு. தமயந்திக்கித் தெரிஞ்சவ அவ கிட்டே வேலை பாக்குறவ யார் கிட்டேயும் பேசாத."

"சரிக்கா, நா திருநங்கைன்றது." மாதவி முடிக்கும் முன் "அவருக்குத் தெரியும்," என்றாள்.

"உன் அதிர்ஷ்டம். அவர் கம்பெனி வேன் ஒண்ணு நாளைக்கி இங்கே இருந்து திரும்பிப் போவுது. விடியற்காலையிலே எந்திரிக்கணும். சீக்கிரம் தூங்கு."

மாதவி தப்பிக்க வேண்டும் என்று கையை ஓங்கி இருந்தாலும் மேனகாவுக்கு மனதுக்குள் மிகவும் உறுத்தலாயிருந்தது. நள்ளிரவு வரை புரண்டு புரண்டு படுத்தபடி இருந்தவளுக்கு.

தன் மீது பூப்போலச் சாயும் ஓர் உடலும் தன் மார்பையும் வயிற்றையும் மயிலிறகு போல வருடும் விரல்களையும் உடனே அடையாளம் கண்டு கொள்ள முடிந்தது.

அறையில் பூமணமும் பொன்னிற ஒளியும் பரவ வந்திருந்தாள் மோகினி. தன் மீதிருந்த வெள்ளைப் புடவையைக் களைந்தாள்.

அவளை அள்ளி அணைத்தாள் மேனகா, "அவசரத்துக்குப் பொறந்த ஆம்பிளைங்களுக்கு டேஸ்டே இல்லே. எனக்கு ஆறுதலா வந்தியே தாயி," என்றபடி, அவள் மார்பைத் தடவி, ரவிக்கைக் கொக்கிகளை அவிழ்த்தாள்.

விடியற்காலை புத்தம்புதிய தெம்புடன் விழித்தெழுந்தாள்.

காஞ்சனா வேலை செய்யும் ஜெராக்ஸ் கடை முதல் மாடியில் 'யூரோ ப்ளே ஸ்கூலை' ஒட்டிய மூலையில் இருந்தது. பள்ளியின் கீழ்த் தளத்தில் இரண்டு கார்கள் நிறுத்துமிடமும் ஓர் அழகு நிலையமும் உண்டு. முதல் மாடியில் காஞ்சனாவின் கடையிலிருந்து நன்றாகத் தெரியும் மழலைப் பள்ளியில் 'திஸ் ஈஸ் த வே ஐ பிரஷ் மை டீத், பிரஷ் மை டீத் எர்லி இன் த மார்னிங்க்' பாட்டு ஒலித்துக் கொண்டிருந்தது. பாட்டொலி நின்றதை காஞ்சனா கவனிக்கவில்லை.

ஒரு கட்டிடத்தின் பெரிய வரைபடம் , அதன் நகல் லீகல் காகித அளவுக்குள் அடங்கும்படி, இயந்திரத்தைத் தயார் செய்வதில் கவனமாக இருந்தாள். 'அக்கா' என்று ஒரு குரல். பொதுவாக அவளை யாருமே அக்கா என்று அழைப்பதில்லை. ஏய், இந்தா, தோ பாரு என்றுதான் கூப்பிடுவார்கள். வேறு யாரையோ ஒரு குழந்தை அழைக்கிறது. பொத்தானை அழுத்தினாள். முதல் நகல் வெளியே வந்தது. 'அக்கா' இந்த முறை குரல் இன்னும் சத்தமாக வந்தது.

'ப்ளே ஸ்கூலி'ன் ஜன்னலின் மறுபக்கம் சன்னல் கம்பிகளில் தொற்றி ஏறி இருந்தான் சுமார் மூன்று வயதுப் பையன். பூனைக் கண்கள். ஜன்னலில் முக்கால் உயரம். "வாஷிங் மிஷின்லே துணி போடாம பேப்பரைப் போடறியே?"

"டேய் வாலு, அது வாஷிங் மிஷின் இல்லேடா. ஜெராக்ஸ் மிஷின். தொத்தாம இறங்குடா."

"ஜெரான்னா என்ன?"

"ஒரு நா அம்மா கூட இங்கே வா. நாங்காட்டறேன். உன் டீ ஷர்ட்லே டைனோசார் படம் போட்டிருக்கு?"

"இது குட் டைனோசார் யாரையும் கடிக்காது."

"உன் பேர் என்னடா?"

"ஷரத். உன் பேரு?"

“காஞ்சனா” திடீரென அவன் முதுகில் அடி விழ அவன் வீரிட்டழுதான்.

“ஹவ் டேர் யூ கிளைம்ப் ஆன் தி விண்டோ?” என்றபடி சிவப்பாக இருந்த ஒரு இளம் பெண் அவனை இறக்கி, “கோ அண்ட் ரைட் ஒன் டூ த்ரி” என்றாள்.

அவன் அழுகை இன்னும் அதிகமானது.

“டோண்ட் யூ ஹாவ் சென்ஸ்?” என்றாள் இவளைப் பார்த்து. காஞ்சனா பதில் பேசவில்லை.

“உன் வேலையைப் பாரு. உன்னைப் பாத்து பிள்ளைங்க பயந்திருவாங்க,” என்றதும் காஞ்சனா நகர்ந்து மீதிப் பிரதிகளை எடுக்கத் துவங்கினாள். சற்று நேரத்தில் வந்த பக்கத்துக் கடைப் பெண், “என் ஆதார் ஒரு ஜெராக்ஸ் போடு” என்றவள், “என்ன கண் மையெல்லாம் கலைஞ்சிருக்கு. அழுதியா?” என்றாள்.

காஞ்சனா பதில் பேசவில்லை.

“நீங்க முதன் முதலா அரசு வேலையிலா இருந்தீங்க? இல்லை தனியார் துறையிலா?”

“அடுத்த கேள்வி என்ன?” என்றாள் மேனகா. கேமரா ரோல் பண்ணச் சொல்லலாமா என்றாள் தொலைக்காட்சி நிருபர்.

“எல்லாக் கேள்வியையும் சொல்லு?”

“அதான் பிறகு உங்க கல்வித் தகுதி, என்ன புத்தகம் படிப்பீங்க, என்ன தொலைக் காட்சித் தொடர் ரசிப்பீங்க, புடவை பிடிக்குமா இல்லை சூடிதாரா, திருநங்கை அழகிப் போட்டியிலே நீங்க ஏன் கலந்துக்கல்லே... மற்றும் நேயர்களுக்குக் கூத்தாண்டர் திருவிழா பத்தி...”

“தெரியாமதான் கேக்கறேன், திருநங்கை மனசை எது வருத்தப் படுத்தும், எது காயப்படுத்தும், எது குதறும், அவ தன்னம்பிக்கையை எதெல்லாம் அழிக்கிது... ஒரு வீடு தேடி அவ

என்னமா அலையிறா... கிடைக்காமப் போயி எந்த நாயிங்க கையிலே மாட்றா இதெல்லாம் கேக்கவே மாட்டிங்களா. நீ முழுமையாப் பொண்ணு. அதாவது சாதாரணப் பொண்ணு... உனக்கு எப்டி இதெல்லாம் தோணும்... உன் எடிட்டர் ஆம்பளை அவனுக்குத் தன்னோட... ஆட்டிக்கிட்டு அலையறதே பெரிய பெருமை."

நிருபர் இதை எதிர்பார்க்கவே இல்லை. பேட்டியைத் தொடருவதா வேண்டாமா...

"ஒண்ணே ஒண்ணு சொல்லு ஆர்ஜே... இல்லே விஜே எத்தனை பேரு திருநங்கை? சொல்லும்மா... நானும் தெரிஞ்சிக்கறேன்."

நிருபர் திருதிருவென விழித்தபடி அமர்ந்திருந்தாள்.

சென்னை சவுக்கார்பேட்டை. நெருக்கி அடிக்கும் தெருவின் நெரிசல் போக்குவரத்து சத்தம் இவை எதற்குமே சம்பந்தம் இல்லாமல் ஒரு வீட்டில் வாயிலில் 'பேண்ட் வாத்தியம்' இசைத்துக் கொண்டிருந்தார்கள் சீருடையணிந்த இசைக் கலைஞர்கள். நீண்டு நீண்டு அடுத்த தெருவைத் தொடும் அந்த வீட்டின் வரவேற்பறையில் சில நாள் முன் பிறந்த குழந்தை இருக்கும் தொட்டிலைச் சுற்றி சுற்றி கைகளைத் தட்டி, ஆடினார்கள் பட்டுப் புடவை அணிந்து தூக்கலான ஒப்பனையிலிருந்த திருநங்கையர் பத்து பேர். முழு முகம் மலர்ந்து அவர்களுள் ஒருவராய் ஆடினாள் மேனகா. ஐநூறு ரூபாய் நோட்டுக்களை அள்ளி வீசினர் முதலாளிகள்.

அன்றிரவு உயர்தர மதுபான விடுதியில் அனைவரும் பேசி மகிழ்ந்து ரசித்து மது அருந்திக் கொண்டிருந்தார்கள். "தமயந்தி உன் மேலே ரொம்ப காண்டா இருக்கா" என்றாள் ஒருத்தி. "மாதவி விஷயமா அவ பழி வாங்க இருக்கா... உனக்கு நாள் குறிச்சிட்டா. ஜாக்கிரதை மேனகா" என்றாள் மற்றொருத்தி.

"அவ யாருடி நாள் குறிக்க? ஆண்டவரரு குறிப்பாருடி நாளை..." என்றபடி எழுந்தாள் போதையுடன் மேனகா. வியப்பாய் அவளை நோக்கினர் ஏனையர். "என்னடி பாக்கறீங்க? நம்ம

கூத்தாண்டவர் தாண்டி அது...” என்ற படி ஒரு கையில் இருக்கும் கோப்பை மது சிதறமால் மெல்லிய அடிகள் எடுத்து இடுப்பு, கைகள், மார்பு அனைத்தையும் மெல்ல அசைத்து ஆடிய மேனகா கோப்பையை மேசை மீது வைத்து “அவ என்னடி அந்த ஆண்டவரை விடப் பெரியவளா? ஆங்க்...ஹா...ஹா....ஹா...” வெகு நேரம் கட கடவென்று குலுங்கிக் குலுங்கி சிரித்தாள்.

மதிய நேரம் மணி ஒன்றரை. ஜெராக்ஸ் கடையின் ஷட்டரைக் கீழே இறக்கி இடது பக்கப் பூட்டை மட்டும் பூட்டினாள் காஞ் சனா. படிகளில் இறங்கி முன் வாயிலைக் கடக்க முற்பட்ட போது, “காஞ்சனா... எங்கே போறே?” என்றார் செக்யூரிட்டி தனது நாற்காலியில் இருந்த படியே.

“மாரி அண்ணே. சொல்லு உனக்கும் வாங்கியாரட்டா? வண்டிக்காரன் இன்னிக்கித் தக்காளி அல்லது புளிசாதம் வெச்சிருப்பான். ஆம்லேட் வேணுமா?”

“நானும் உன்னோட வர்றேன்,” என்றார். தெருவைக் கடக்கவே இருவருக்கும் சில நிமிடங்கள் ஆனது. நிறைய வாகனங்கள். தள்ளு வண்டிக் கடையைச் சுற்றிக் கூட்டமாக இருந்தது.

“என்னாலே நின்னுக்கிட்டே சாப்ட முடியாது பாப்பா” என்றார்.

“அஞ்சு நிமிஷம். ரெண்டு பேருக்குமே ஸ்டூல் கிடைச்சிடும்,” என்றாள்.

சில நொடிகள் இருவரும் தள்ளு வண்டிக் கடையைப் பார்த்தபடி இருந்தார்கள். தோசைக்கல் மாறி மாறி சுட்டுத் தள்ளிக் கொண்டிருந்தது.

“உன் கடைக்கி ரொம்பக் கிட்டமாவா அந்தப் பிள்ளைங்க ஸ்கூலு தெரியும்?” என்றார் மாரி திடீரென.

“ஆமாண்ணே? ஏன் கேக்கறே?”

“சிவப்பா அங்கே உன்னை விட ஒரு சின்னப் பொண்ணு டீச்சரா இருக்கா. அவ நீ எட்டி எட்டிப் பாக்குறே. பிள்ளைங்க கிட்டே

பேசறேனு என் கிட்டே ரெண்டு மூணு தடவை கம்ப்ளெயின் பண்ணிட்டா."

"பிள்ளைங்க எட்டிப் பாக்கும். நானும் என்னடான்னு விசாரிப்பேன்"

"எதுக்கு காஞ்சனா இது? அவ உங்க ஓணர் கிட்டே பேசறேங்கிறா?"

"அந்தப் பிள்ளைங்களை நா என்னண்ணே பண்ணிட்டேன். பாத்துகிட்டிருப்பேன். அதுங்களா கூப்பிட்டாப் பேசுவேன்."

இரண்டு ஸ்டூல்கள் காலியாயின. அவர் அமர்ந்ததும் தன் கைக்குட்டையை மற்றொரு ஸ்டூல் மீது வைத்து விட்டு, இரண்டு புளி சாதம் ஆம்லேட் வாங்கி வந்தாள்.

"எவ்ளோம்மா?" என்ற மாரியிடம், "விடுண்ணே இன்னொரு நாள் வாங்கித் தா," என்றாள்.

கொஞ்சம் உணவு இறங்கியதும், "நாமெல்லாம் ஈனப் பொளப்பா இங்கே ஒட்டிக்கிட்டிருக்கோம். நீ இதை மட்டும் நிறுத்தல்லேன்னா என் வேலைக்கும் சேத்துப் பிரச்சனை வரும் பாப்பா."

"உனக்கு என்னண்ணே பிரச்சனை வரும்?"

"ஏற்கனவே நம்ம காம்ளெஸ்க்கு வர்ற கார் எல்லாம் அவங்க கேட்டை மறிக்குது, நான் தான் தடுக்கலேன்னு கம்ளெயிண்ட் பண்ணினா. இப்போ நான் உன்னைக் கண்டிக்கல்லேனு இதையும் சேத்துப்பா. கார் டிரைவருங்க கிட்டே சொல்லித்தான் பாக்குறேன். எங்க அம்மாவைத் திட்டுறானுங்க."

"அவ சிவப்பா இங்கிலீஷ் பேசினா உசத்தியா? போடின்னே ஒரு நா."

"இதான் பாப்பா உன் கிட்டே பிரச்சனை. அங்க இருக்கிற பிள்ளைங்க கிட்டே உனக்கு என்ன ஆவணும்? எதுக்கு இது?"

தட்டின் மீது இருந்த இலையைத் தொட்டியில் போட்டு விட்டு, தட்டை வண்டிக்குள் வைத்து வந்த காஞ்சனா மாரியின் கண்களை ஊடுருவது போல் பாத்து, “நீ ஆம்பள. உனக்குப் புரியாது”, என்றாள்.

“சமாளிக்காதே காஞ்சனா. தப்புன்னா தப்புன்னு ஒத்துக்கோ. யாரோ பெரிய எடத்துப் பிள்ளைங்க கிட்டே நீ பேசினது தப்புதானே?” காஞ்சனாவின் கண்கள் நிறைந்தன.

கைக்குட்டையால் துடைத்துக் கொண்டாள். கைகழுவி வந்த மாரி, “சொல்லு பாப்பா. இனிமேப் பண்ண மாட்டீல்ல? பண்ணினது தப்புத் தானே?” என்றார்.

இரு கைகளாலும் கன்னத்தில் ஓங்கி அடித்துக் கொண்ட காஞ்சனா “ஆமாண்ணேன். தப்புதான். தப்புதான்” என்று திரும்பி வளாகம் நோக்கி நடந்தாள்.

–

திருமால்பூர் எக்ஸ்பிரஸ்

மலர்விழி அந்த அலமாரியின் வெவ்வேறு தட்டுக்கள், இழுப்பறைகளைத் துழாவியது பத்துப் பதினைந்து பக்கமான தாட்களுக்காகத் தான். சென்ற வருடம் கூடுவாஞ்சேரி ஊரப்பாக்கம் பெருங்களத்தூர் மூன்று ஊர்களில் தங்கள் வீட்டில் புடவைகளை வைத்து விற்க அனுமதித்த பெண்களின் பட்டியல் கைபேசி எண்கள் ஒரு 'ஃபோல்டரில்' போட்டு வைத்திருந்தாள். எதைத் தேடுகிறோமோ அது தான் கிடைக்காது. அதைத் தவிர எல்லாம் கையில் மாட்டும். கண்ணில் படும்.

மாலை மணி ஆறை நெருங்கிக் கொண்டது. திருமால்பூர் போகும் வண்டி 630 மணிக்குப் போய் விடும். அதன் பிறகு 730 வண்டி தான். "இம்சை புடிச்ச இந்த மூணு ஊரும் உனக்குத் தான் வருமின்னு நீயா ஏன் மலரு நெனச்சுக்கறே?" என்று செல்வி அருகே வந்தபோது, "அக்கப்போரு புடிச்ச எல்லா ஊரையும் மல்லிகா அக்கா எனக்குத்தான் அலாட் பண்ணுவாங்க," என்று திரும்பிப் பார்க்காமலேயே பதில் சொன்னாள். செல்விக்கு அரக்கோணத்தில் வீடு. கிளம்பி விட்டாள்.

'மீட்டிங்' முடிந்து இன்னும் யாரும் வெளியே வரவில்லை. கூட்டத்துக்குள் போகும் போதே மல்லிகா அக்கா, "போன வருஷம் ரெண்டாயிரம் ரூபாக்கி மேலே புடவை வாங்கின லிஸ்ட் இருந்தா ரொம்ப நல்லது. வெள்ளத்துல மரபீரோ,

கட்டில், டிவி, சோபா தான் மெயினாப் போயிருக்கு. தவணையில வாங்கிக்கலாம்னு ஒவ்வொரு 'பிராடக்ட்டா', 'ரீபேமெண்டை' வெச்சுத்தான் கொடுப்போம்னு சொல்லணும்," என்றாள்.

மல்லிகா எப்படியும் குறுஞ்செய்திதான் அனுப்புவாள். அந்த ஃபோல்டர் கிடைத்து விட்டால் போதும். சென்ற முறை போல வீடு வீடாக ஏறி இறங்க வேண்டாம். அவரவர்க்கு அவரவர் அவசரம். வெள்ளம் வந்தபோது கீழ்த் தளத்தில் இருந்து கோப்புக்களை அள்ளி வந்தவர்கள் அவளுடைய காகிதங்களை மற்றவரதுடன் கலந்து வைத்து விட்டார்கள். இல்லாவிட்டால் மலருக்குத் தன் பொறுப்பிலுள்ள காகிதங்களைத் தேட இந்த அளவு நேரம் பிடிக்காது. தன் சம்பந்தப்பட்டவற்றை எப்போதும் சரியாகவே வைத்திருப்பாள். எல்லோரும் எலாவற்றிலும் கை வைத்தால் இதான் கதி.

கைபேசி ஒலித்தது. "அப்பா... திரும்பி மெட்ராஸ் டியூட்டி போட்டாச்சா?" என்றாள் ஒரு கையில் பிடித்துக் கொண்டு இன்னொரு கையால் காகிதங்களைத் தேடியபடி.

"இல்லம்மா... விழுப்புரம் தான் இப்போதிக்கி." அப்பாவின் மூச்சு புஸ்புஸென்று கேட்டது. அப்பா பிபி செக் பண்ணினீங்களா என்று கேட்கத் தோன்றியது, ஆனால் உரையாடல் நீளும் என்று அஞ்சி அதை அவள் கேட்கவில்லை.

"நேரமாச்சுப்பா... ஆறரை டிரெயினைப் பிடிக்கணும் தாம்பரம் சப்வே தாண்டி மாடி ஏறி இறங்கவே பத்து நிமிஷம் ஆவுது,"

அவள் அவசரம் புரியாமல் அப்பா மெதுவாக, "என்னோட சித்தி திண்டுக்கல்ல நினைவிருக்கா... காவேரி ஆயா போயிட்டாங்கம்மா."

"ஸாரிப்பா... நீ அங்க போறியா?"

"ஆமா... உன் அம்மாவும் என் கூட வர்றா. அவ நேரா விழுப்புரம் வந்துருவா. அங்கே இருந்து போயிருவோம்," என்றார் அப்பா.

"நான் பத்திரமாப் பூட்டிக்கறேன்ப்பா," என்று அவள் முற்றுப்புள்ளி வைக்க நினைத்தாள்.

ஆனால், அப்பா அவளுடைய நிலமை புரியாமல், "பூட்டிக்க. அதோட நாளைக்கி ரேஷன் கடையிலே வேட்டி சேலை கரும்பு கொடுக்கறாங்க... நீ வாங்கி வெச்சிடுமா," என்று முக்காற்புள்ளியாக இழுத்தார் அப்பா. இணைப்பைத் துண்டிக்க மாட்டாரா என்று மனதுக்குள் சலித்துக் கொண்டாள்.

மறுநாள் காலை சீக்கிரமே பெருங்களத்தூரில் ஆரம்பித்தால் தான் மாலைக்குள் ஊரப்பாக்கத்தில் பாதியாவது பார்க்கலாம். மீதியும் கூடுவாஞ்சேரியும் அடுத்த நாளைக்குத் தான். ரேஷன் கடைக்கு வேறா. தம்பி சுதாகர் ஊர் சுற்றவே பிறந்தவனா. அவள் பதில் சொல்லத் துவங்கும் முன், "கண்டக்டர் பஸ்ஸுல ஏறிட்டாரு... அப்புறம் கூப்புடறேன்," என்று நல்லவேளை அத்தோடு நிறுத்தினார்.

கைபேசியை அலமாரிக்கு அருகே தரையில் வைத்து விட்டு காகித வேட்டையை விட்ட இடத்தில் மீண்டும் துவங்கினாள். 'ஃபோல்டர்' என்று பொதுவாகத் தேடாமல் தனிக் காகிதங்களில் தேடினால் என்ன என்ற யோசனை தோன்றியது. அந்த அணுகுமுறை கொஞ்சம் உதவியது. முதலில் ஓர் ஒற்றைக் காகிதம் அவளது கையெழுத்தில் கிடைத்தது. உதிரியாக யார் இவற்றை உருவினார்கள்? அலுப்பாக வந்தது. எல்லாவற்றையும் அப்படியே போட்டது போட்டபடி போட்டுவிட்டு எங்கேயாவது கண்காணாமல் ஓடிவிட மாட்டோமா என்று ஒரு கணம் தோன்றியது. போகும் இடத்தில் கைபேசியே வைத்துக் கொள்ளக்கூடாது. புதிய இடத்தில் புதிய பெயரில் புதிய வாழ்க்கையைத் தொடங்க முடிந்தால்? தலையைக் குலுக்கிக் கொண்டாள்.

கைபேசி குறுஞ்செய்திக்கான சிணுங்கலை ஒலித்தது. குமார் தான். "தாம்பரம் டிக்கெட் கவுண்டரில் சந்திப்போம். 730 மணி ரயில் வரும் வரை பேசலாம்." என்ன செய்வதென்றே தெரியவில்லை. நாளை காலை முதல் ஆளாக அல்லது முதல்

பத்து பேரில் ஒருவராக ரேஷன் கடையில் வேட்டி சேலை வாங்க வேண்டுமென்றால் விடியற்காலை 5 மணிக்குக் கிளம்பி ஆறுமணிக்குள் வரிசையில் நிற்க வேண்டும். இரவு தம்பிக்கு உணவு கொடுத்து சமையலறையைச் சரி செய்து பத்து மணிக்குள்ளாவது படுத்தால் தானே அது சாத்தியம். மற்ற நாட்களை விட்டுவிட்டு குமார் இன்றைய தினத்தை ஏன் தேர்ந்தெடுத்தான்? பக்கத்தில் இருந்தால் குமாரை இழுத்து ஓர் அறை விடும் என்ற அளவுக்கு கோபம் கொப்பளித்தது. எல்லாம் அவனைப் பார்க்கும் வரை தான். அவன் முகத்தைப் பார்த்ததுமே கோபத்தை முற்றிலும் மறந்து விடுவாள் என்று அவளுக்கே தெரியும். இயலாமையில் ஏதேதோ தோன்றினாலும் அதையெல்லாம் செய்துவிடவா முடிகிறது?

மணி ஆறு பத்து. வேகமாகத் தாட்களை அலசினாள் ஒவ்வொன்றாக பத்து பன்னிரண்டு தாட்கள் கிடைத்து விட்டன. அப்பாடா என்று சிறிய ஆசுவாசம் ஏற்பட்டது. இவை போதுமே. ஓரளவு சமாளித்து விடலாம். காகிதங்களை நாலாக மடித்துப் பையில் திணித்து வசதியறைக்குப் போய் திரும்பினால் மீண்டும் ஒரு குறுஞ்செய்தி. “ஏன் பதிலில்லை?” ஒரு கணம் பதில் போட நினைத்து பின்னர் மனதை மாற்றிக் கொண்டு சடாரென்று கைபேசியை அடைத்துப் பையைத் தோளில் மாட்டியபடி கிளம்பும் போது மல்லிகா கூட்டம் நடந்த எம்டி அறையிலிருந்து வெளியே வந்து விட்டாள். “ஏய் மலர் நில்லு.”

“அக்கா ஆறரை ட்ரெயின் மிஸ்ஸாயிடும். எஸ்எம்எஸ் பண்ணுங்க ப்ளீஸ்.” வேகமாகப் படியிறங்கினாள். முடிச்சூர் சாலையைக் கடப்பதற்குள் திணறி விட்டாள். அவ்வளவு வாகனங்கள். அன்றாடச் செலவுக்கு சம்பாதிப்பதற்குள் நாக்குத் தள்ளுகிறது. எங்கிருந்து இவர்களுக்கெல்லாம் கார் வாங்கவும் பெட்ரோல் போட்டு ஓட்டவும் காசு கொட்டுகிறதோ என்று தோன்றியது.

‘சப்வே’ யும் மிகவும் நெரிந்தது. தாண்டும் போது 6.25. துணிந்து மாடி ஏறினாள். மாடியை ஒட்டிய முதல் ‘டிக்கெட் கவுண்டர்’

அருகே இருந்த குமார் இவளைப் பார்த்ததும் தொடர்ந்து வருவதை ஓரக்கண்ணால் பார்த்தவள் பார்க்காதது போல் படியேறிக் கூட்டத்தில் இடித்துப் புகுந்து ஏழாவது நடைமேடை படிகளில் இறங்கும் போது நிம்மதிப் பெருமூச்சு விட்டாள்.

ரயில் இன்னும் வரவில்லை. நிறைய பெண்கள் இருக்கும் பகுதியில் அவர்களுடன் ஒன்றாக நின்றாள். முகத்தை எட்டாவது நடைமேடைப் பக்கம் திருப்பினாள். அவன் தன்னை தாமதப்படுத்துவது பிரச்சனை இல்லை. செல்வி முன்னொரு முறை குமார் பற்றிப் பேச்சு வரும் போது "எஸ் நோ எதுவுமே சொல்ல அவசரப்படாதே. பசங்களப் பத்தி உடனடியா முடிவுக்கு வர முடியாது."

இப்படி ஒளிவதும் சரியா தவறா என்று தெரியவில்லை. தடதடவென ஷூ ஒலி கடந்தது. மெதுவாக ஓரக்கண்ணால் பார்த்தாள். அவன் அவளைத் தேடியபடியே போய்க் கொண்டிருந்தான். எதிர் திசையில் சென்று அடுத்து நிற்கும் பெண்கள் கும்பலில் இணைந்தாள். வேர்வையும் படபடப்பும் அடங்கிய பாடில்லை. கடவுள் வடிவில் ரயில் வந்தது. ஏறும் போது தான் அவன் அந்த பெட்டியை நோக்கி ஓடி வருவது தெரிந்தது. ஆனால் அவன் ஏற வாய்ப்பில்லை.

பூகம்பம் வந்து அவன் இருந்த இடம் தவிர எல்லாமே பிளந்து அனைவரும் உள்ளே போய் விட்டார்கள். நகரும் ரயிலை விட்டுவிட்டு குமார் குனிந்து அதைப் பார்த்தான். ரயில் நகர நகர அவன் எதிர்திசையில் அதே வேக வீச்சில் பறவை இறகுகள் போலக் கைகளை விரித்து அந்தரத்தில் பறந்து கொண்டிருந்தான் குமார். எதற்கும் இருக்கட்டும் என்று "ஸாரி" என்று ஒரு குறுஞ் செய்தி அனுப்பினாள்.

–

சூஹா ஜால்

“**மா**மா... எந்திரிங்க... டீ ரெடி,” வேலு என்கிற வேலப்பன் என்னை எழுப்பிய போதுதான் நான் விழுப்புரத்தில் இல்லை, நள்ளிரவே சென்னைக்கு வந்து விட்டேன் என்பது உறைத்தது. இரவு எட்டு மணிக்கே செண்பகா என்னுடைய பயணப் பையைத் தயார் செய்து விட்டாள்.

“பசங்க ஸ்கூலுக்குப் போவ என்ன பண்ணுவாங்க?” என்ற என் ஒரே ஆயுதத்தை அவள், “பக்கத்து வீட்டுப் பசங்களோட ஷேர் ஆட்டோவுல போவாங்க,” என்று நொடியில் மழுங்கடித்தாள். ஐநூறு ரூபாயை எங்கே ஒளித்து வைத்திருந்தாளோ என் கையில் திணித்தாள்.

கோயம்பேட்டில் இருந்து எந்தப் பேருந்தில் அரும்பாக்கத்தில் உள்ள வேலுவின் வீட்டுக்குப் போகலாம் என விசாரித்து விட்டாள். அதற்கு முன்பே அவள் வேலுவிடம் நான் இல்லாதபோது பேசி இருக்க வேண்டும்.

“அக்கா போடற டீ போல இருக்காதுன்னு பாக்காதீங்க... இவன் பீகார் ஆளு. அவங்க ஊர்ல போடற மாதிரி இஞ்சி டீ நல்லாதான் போடுவான்.” சுமார் ஐந்தடி இருக்கும். இருபது வயது இளைஞன் என்னளவு கருப்பானவன். கை கூப்பி வணங்கினான்.

வேலுவின் அறையை நோட்டம் விட்டேன். எனக்காக நேற்று நள்ளிரவில் அவன் விட்டுக் கொடுத்த நாடாக்கட்டில் தவிர இரண்டு 'பிளாஸ்டிக்' நாற்காலிகள். அவற்றுள் ஒன்றின் மீது அவன் கையில் தினத்தந்தியுடன் இருந்தான். சுவரில் நான் செண்பகா மற்றும் குழந்தைகள் இருக்கும் படம், வேலு செண்பகாவின் தாய் தந்தையர் இருக்கும் படம் இரண்டும் இருந்தன.

அறையின் ஒரு மூலையில் சிறிய சமையல் மேடை. அதன் எதிர்புறமாக சிறிய குளியல் மற்றும் கழிப்பறை. மற்றொரு மூலையில் நான்கு தட்டு கொண்ட ஒரு சிமெண்ட் பலகைகளாலான சுவர் அலமாரி. அதன் மேற்தட்டில் வினாயகர் படம் வெங்கடாஜலபதி படம் வைக்கப்பட்டிருந்தன. சிறிய பித்தளை விளக்கு ஒன்றும் இருந்தது. அடுத்த தட்டில் சமையற்பாத்திரங்கள், சாப்பாடு வைக்கும் நான்கு அடுக்கு 'டிபன் கேரியர்'. அடுத்த தட்டில் பெரிய பயணப் பெட்டி அருகில் பெரிய பயணப் பை. அதை ஒட்டி ஒழுங்காக அடுக்கிய உள்ளாடைகள். கீழ்த் தட்டில் பழைய செய்தித் தாட்கள். அருகே ஒரு பெரிய தகரத்திலான பயணப் பெட்டி. பீகார்ப் பையன் மிகவும் மரியாதையானவன் போல. அறையின் வாயிலை ஒட்டிய வராண்டாவில் அமர்ந்து கொண்டான். பையில் பல்துலக்கியைத் தேடினேன். "டீ ஆறிடும். வாயை கொப்பிளிச்சிட்டுக் குடிங்க. பிறகு பல் துலக்கி இன்னொரு டீ குடிப்போம்."

"நீ சீக்கிரமே குளிச்சிட்டியா வேலு...?"

"இல்ல மாமா. வழக்கம் போலதான். இப்போ மணி எட்டாவுது. நாம் சுமார் ஒம்பது மணிக்கிக் கிளம்பினம்னா பத்து மணிக்குள்ளே நா வேல பாக்குற ஓட்டலுக்குப் போயிரலாம். கண்ஷ்யாம்."

வேலைக்காரப் பையன் வந்தான். "நீ கௌம்பு. மாமா ஸாப் என்னோட வருவாரு," என்றபடி சுவர்க் கொக்கியில் தொங்கிக் கொண்டிருந்த தனது சட்டையில் இருந்து இரு பத்து ரூபாய்த்

தாட்களை எடுத்துக் கொடுத்தான். வாங்கிக் கொண்டு அவன் மாடிப்படியில் பாதி இறங்கி இருக்க மாட்டான் அறை வாயில் வரை போய், “சூஹாஜால் வெச்சியா?” என்றான். “வச்சிருக்கு ஸாப்.”

“சூஹா ஜால்னா என்ன?” என்று நான் கேட்க வாயெடுப்பதற்குள், “மாமா நீங்க உள்ளே தாப்பாப் போட்டுக்கிட்டுக் குளிங்க. நான் மொபைல் டாப் அப் பண்ணிக்கிட்டு வரேன்,” என சட்டையைக் கொக்கியிலிருந்து எடுத்தவன் அதை மாட்டியபடியே படி இறங்கி விட்டான்.

இரவில் முழுத்தூக்கம் இல்லை. கண் எரிச்சல். அரும்பாக்கத்தில் இருந்து வெகு நேரம் நத்தை போல ஊர்ந்து சென்ற பயணத்தில் வேலு தனது இருசக்கர வாகனத்தை பல பெரிய வாகனங்களுக்கு இடையே நுழைத்து முன் சென்று வித்தை காட்டினான். விழுப்புரத்தில் நான் பயன்படுத்துவது சிறிய மொபெட் வண்டி. வேலு அதனுடன் ஒப்பிட மிகுந்த சக்தி உடைய மோட்டர் சைக்கிள் வைத்திருந்தான்.

முடியவே முடியாது நீளுமோ எனத் தோன்றிய அந்தப் பயணம் வண்டி ஒரு ரயில் பாதைக்குக் கீழ்ப்பட்ட பாலத்தைக் கடந்த பின் விரைவு பட்டது. ஒரு நாற்சந்தியில் சற்றே சிக்கினோம். அதன் பிறகு வளைந்து நெளிந்த சாலையின் முடிவில் இடது பக்கம் கூவம் வந்த பின் நேரான சாலை தென்பட்டது.

“இதுதான் கிரீம்ஸ் ரோடு” என்றான் வேலு. அதில் நுழைந்து சிறிது தூரத்தில் வலது பக்கம் காட்டி, “இது தன் அப்போல்லோ ஆஸ்பத்திரி,” என்றான். அதைப் பார்ப்பதற்குள் அதுவும் கடந்து விட்டது. இது பிஎஸ் என் எல், இது பிரஸ்டீஜ் பல்லடியம் என்று சொல்லிக் கொண்டே வந்தான். எல்லாமே நான் பார்ப்பதற்குள் காணாமற் போயிருந்தன. உயரமான கட்டிடங்கள் அவை என்பது மட்டும் பிடிபட்டது.

ஒரு வழியாக ஓர் இடத்தில் வண்டி நின்றது. நடைமேடையின் மீது நான் இறங்கிய பின் வண்டியை ஏற்றி நிறுத்தினான் வேலு.

உணவகம் வித்தியாசமாகவே இருந்தது. நுழைந்த உடன் இடது கைப்பக்கம் பெரிய தோசைக்கல் மட்டுமே ஒரு மூலையில் இருந்தது. அதைச் சுற்றி எவர்சில்வர் மேஜைகள் அதில் உணவை அட்டைப் பெட்டிகளில் அடைத்துக் கொண்டே இருந்தார்கள். ஓர் அடைப்பின் பின் பக்கம் அவை இருக்க முன்பக்கத்தில் கண்ணாடிக் கூண்டுக்குள் வரிசையாக எவர்சில்வர் அடுக்குகளுக்குள் சட்டினி, சாம்பார், பலவகை சாதங்கள், தயிர் வடை, சாம்பார் வடை எல்லாமே காட்சிக்கு இருந்தன.

அந்த அடைப்பு ஒரு பெரிய கூடத்தின் பாதிப்பகுதி. மீதிப்பகுதியில் ஒரு சிறிய நடை போக நான்கு அடி உயரத்துக்கு எவர்சில்வரில் செய்யப்பட்ட வட்டவடிவ மேஜைகள் நின்றன. அதில் ஒருவர் நின்றபடியே சாப்பிடலாம். நான் அப்படி ஒரு மேஜை அருகில்தான் இருந்தேன்.

பரோட்டாவின் மாவை நான் வழக்கமாக எப்போதுமே சிறு வளையங்களைப் போல வரிசையாக வைத்து விடுவேன். பிறகு கும்பலைப் பொருத்து அதைச் சுழற்றிச் சுழற்றிப் பிறகு மெதுவாக சப்பாத்திக் கட்டையில் சமன் படுத்தி கல்லில் இட்டு எடுப்பேன். இங்கேயோ ஏற்கனவே சமைக்கப்பட்ட பரோட்டாவை வெறுமனே கல்லின் மீது சூடு செய்வது மட்டுமே இவர்கள் வேலை.

“சாப் ... இட்டிலி சாப்டு,” வேலு வீட்டு வேலைக்காரப் பையன். இரண்டு இட்டிலி வடை இருந்த தட்டை நின்றபடி சாப்பிடும் மேஜை மீது வைத்தான். கை கழுவுமிடம் ஒரு நீண்ட நடையின் முடிவில் இருந்தது. அதன் இடப்புறம் பரிசகர்கள் பரிமாறும் மேஜைகள் நிறைந்த கூடம். விளக்கு அலங்காரத்தில் ஜொலித்தது.

நான் சாப்பாட்டு மேஜையை நெருங்கியபோது வேலு அங்கே இருந்தான். “இந்தப் பையன் எப்படி இங்கே?” என்ற என் கேள்விக்கு, “அவன் வேலை பாக்குறதே இங்கினதான். தங்கறதுதான் என் ரூம்ல,” என பதிலளித்தான்.

“வாடக குடுப்பானா?”

“வாடகயெல்லாம் தரமாட்டான். இவுங்க தர்ற ஆறாயிரத்துல ஐயாயிரத்தை வீட்டுக்கு அனுப்பிடுவான். மிச்சம் ஆயிரம்தான். சாப்பாடு இங்கயே கெடைச்சிரும்.”

“உனக்கும் வீட்டு வேலைக்கு ஆளாச்சு.”

“அவன் கிடைச்சதக்கு இங்கே வேல பாக்கற தமிழ் பசங்கதான் காரணம்,”

அப்போதுதான் கவனித்தேன். தென்பட்ட இருபது பேரில் தமிழ் ஜாடை இருந்தவர்கள் மூன்று நான்கு பேர்தான்.

“இந்தத் தமிழ்ப் பசங்களோடதான் இவன் இருந்தான்.” தொடர்ந்தான் வேலு, “ராத்திரில அவனுங்க தொல்ல தாங்காம என் கிட்டே அடைக்கலமானான்.”

“குடிச்சிட்டு கலாட்டாப் பண்ணுனானுங்களா?”

“அதில்ல. நாலு பேருல ஒருத்தன் நடுராத்திரி இவன் தனியா இருக்கும் போது தொந்தரவு செஞ்சதுல இவன் அலறி அடிச்சிக்கிட்டு எங்கிட்ட ஓடி வந்திட்டான்.”

அவனுடைய கைபேசி ஒலிக்கவே நகர்ந்தான். வேலைக்காரப் பையனையும் காணவில்லை. திடீரெனத் தனியானேன். கிரீம்ஸ் ரோடில் ஒரு சுற்று சென்று வந்தேன். வேலு காட்டிய உயரமான கட்டிடங்களில் இருந்து மதியம் ஒரு மணி சுமாருக்கு பலவித ஆடைகளில் ஆண்களும் பெண்களும் ஆங்கிலத்தில் கைபேசியில் வெளுத்துக் கட்டியபடி வந்தார்கள். சிலர் கைபேசியை கவனித்தபடியே மெதுவாக நடந்து உணவகம் வந்தார்கள். பெண்கள் ஆண்கள் தோளில் கூச்சமில்லாமல் கைபோட்டபடி வந்தது போதாதென்றால் ஒரு பெண் புகை பிடித்தது எனக்கு மிகவும் அதிர்ச்சி.

மதிய உணவுக்கும் வேலுவின் உணவகத்தில் சென்று நிற்க எனக்கு விருப்பமில்லை. சந்து ஒன்றில் கால் பிளேட் பிரியாணி

50 ரூபாய்க்குக் கிடைத்தது. இரண்டரை மணிவரை அந்த உணவகத்துக்கு நிறையவே கூட்டம். வசதியானவர்கள் நிறைய.

வேலு திடீரென கைபேசியில் அழைத்தான். “மாமா... சாப்பிட்டீங்களா?”

“ம்,” என்று பொதுப்படையாக பதிலளித்தேன்.

“மாமா... இங்கே மானேஜர் இன்னிக்கி ஊர்ல இல்லே. நாளைக்கி உங்கள அவருக்கிட்டே கூட்டிட்டுப் போறேன். ஏழு மணி சுமாருக்கு இன்னிக்கி வீட்டுக்குப் போலாம். சினிமா எதாவது பாக்குறீங்களா?”

“சரிப்பா,” என்று பதிலளித்தேனே ஒழிய எனக்கு சினிமாவில் நேரம் போக்க விருப்பமில்லை. எம்ஜியார் சமாதிக்குப் போய் வெகுநாட்களாயிற்று. அப்படியே கடற்கரையையும் பார்க்கலாம்.

மெரினாவில் எப்படி எந்த நாளிலுமே கும்பல் கூடுகிறது என்பது ஆச்சரியமாக இருந்தது. மெரினாவில் சுற்றித்திரிந்து எம்ஜியார் சமாதியில் வணங்கி வெளியே வந்தபோது 27பி என்னும் பஸ் கண்ணில் பட்டது.

கோயம்பேடு போகிற பேருந்து அது. கொண்டு வந்திருந்த பயணப்பையில் மற்றுமொரு மாற்றுடை உண்டு. பணம் ஏதுமில்லை. இப்போது விழுப்புரம் போனால் வேலு அக்காவைப் பார்க்க வரும்போது அந்தப் பையைக் கொண்டு வரட்டுமே. ஏறி அமர்ந்தேன். சற்று நேரத்தில் ஆழ்ந்து உறங்கியும் விட்டேன்.

“கோயம்பேடு வந்துடிச்சு. இறங்கு,” என்று ஒருவர் தோளில் தட்டி விட்டு இறங்கிய போதுதான் விழித்தேன்.

டீ குடிக்க வேண்டும் போலிருந்தது. கைக்கு டீ வரும் முன்பே செண்பகாவிடமிருந்து ஃபோன்.

“மாமா எங்கே இருக்கீங்க? வேலு ஃபோன் பண்ணினாமே? நீங்க எங்கன்னு தவிச்சிட்டான்”

“தூங்கிட்டேன்.”

"எங்க தூங்கினீங்க? நீங்க ரூம்ல இல்லியாமே?"

"கோயம்பேடு வர்றப்போ டவுன் பஸ்ஸுல தூங்கிட்டேன்."

"எதுக்குக் கோயம்பேடு?"

"என்னடி கேள்வி? விழுப்புரத்துக்கு பஸ் ஏறத்தான்."

"பாருங்க மாமா... விழுப்புரம் சின்ன ஊரு... நீங்க சண்டைக்காரன்னு பேச்சுப் பரவியிருக்கு. இங்க வந்து வீட்டில உக்காந்து என்ன பண்ணப் போறீங்க?"

"என்னடி நீ ஸ்கூல்ல ஆயா வேல செய்யுற திமிரா? மூட்டை தூக்குவேண்டி."

"சும்மா பேசாதீங்க மாமா... அதுக்கெல்லாம் உங்களுக்குப் பழக்கமே கிடையாது. பலமும் இருக்காது. இன்னிக்கி ஒரு நாள் இருங்க வேலுவோட. நாளைக்கி அவனோட மானேஜருக்கிட்டே இட்டுக்கிட்டுப் போவான்."

"நா இன்னிக்கி வரக்கூடாதா?" என்னையும் அறியாமல் குரலை உயர்த்திக் கத்தினேன்.

"பசங்க கிட்டே நீங்க அங்கே வேலை பாக்கப் போறீங்க. வர்ற வாரம் எங்களுக்கெல்லாம் மெட்ராஸ் சுத்திக் காட்டுவீங்கன்னு சொல்லிட்டன்."

"............................"

"கொஞ்ச நேரத்தில வேலுவை கோயம்பேடு பஸ் ஸ்டாண்ட்டாண்ட வரச்சொல்லுறேன், மாமா. வாசல்ல நில்லுங்க" அவள் போனை வைத்து விட்டாள்.

வேலு திரும்பப் போகும் வழியிலேயே உணவு வாங்கிக் கொடுத்தான். வீட்டை அடைய மணி பதினொன்றாகி விட்டது. கட்டிலில் அமர்ந்த உடன் 'கீச் கீச்' என்னும் சத்தம் கேட்டு பதறி அடுத்து எழுந்தேன். "கண்ஷ்யாம்," வேலு அடித்தொண்டையில் கத்தினான்.

பதிலே இல்லை. "நவருங்க மாமா," என்று கட்டிலுக்குக் கீழே குனிந்த வேலு ஒரு எலிப்பொறியை எடுத்தான்.உள்ளே ஓர் அணில். வேலு அதை அறை வாயிலில் வைத்தான்.

சற்று நேரத்தில் கையில் கொசுவத்தி டப்பாவுடன் அந்த வேலைக்காரன் தென்பட்டான்.

வேலு எலிப்பொறியைக் காட்டி, "சூஹாஜால்," என்றான்.

"அச்சா," என்று குனிந்து பார்த்த அவன் முகம் பிரகாசமானது. அதை எடுத்துக் கொண்டு படிகளில் இறங்கினான்.

–

பெயரில்லாதவள்

“உன் பேரு ராணியா கலாவா?” ஓர் ஆள் நகராவிட்டால் இன்னோர் ஆள் ஓர் அங்குலம் கூட நகர முடியாது. வழி மறிப்பவள் போல ராணியை விட உயரமாயிருந்த பெண் குறுக்கே நின்றிருந்தாள். மூன்றடி உயரமான வரவேற்பு முகப்பு. அசல், நகல்களை ஒழுங்கு செய்யும் மேசையும் அது தான். மேசைக்குப் பின்னே ஆளுயர தடுப்பு இருந்தது அதன்பின்னால் நான்கு நகலெடுக்கும் இயந்திரங்கள் சுறுசுறுப்பாயிருந்தன. இரண்டு கருப்புவெள்ளை வேலைக்கானவை. இரண்டு வண்ணநகலெடுப்பவை.

“ராணிகலா.”

“உன்னைப் பாத்தா இதுக்கு முன்னாடி எங்கேயும் வேலைக்கிப் போன மாதிரியே தெரியலியே”. ராணிக்கு வியப்பாயிருந்தது.

“எப்பிடிக்கா கண்டுபிடிச்சீங்க?”

“கன்னம் வாடாம கும்முனு இருக்கு, மொகத்துல வாட்டமே இல்லாம சினிமாவுக்குப் போற மாதிரி ஜிலுஜிலுன்னு வந்திருக்கே.”

சில நாட்கள் திருமணம் ஆகும்வரை வேலைக்கு போகிற பெண் என்று காட்டிக் கொள்ளத் தான் இப்படி வந்திருக்கிறேன் என்பதையும் அந்த அக்கா சேர்த்துக் கொண்டிருக்கலாம்.

“கவிதா... அங்கே என்ன பேச்சு சத்தம்?” உள்ளேயிருந்து ஆண் குரல் கேட்டது.

“ஒரு கஸ்டமரு ஸார்...”

“ஆர்டர் வாங்காம என்னம்மா பேச்சு?”

‘உள்ளே போ,’ என்பது போல கவிதா ராணிக்கு வழி விட்டாள் அவளுக்கே அருகே இன்னும் இரண்டு அக்காக்கள் காகிதங்களை அடுக்கிக் கொண்டிருந்தார்கள். வாய் பேசாமல் விலகி வழி விட்டார்கள்.

“உனக்கு வீடு எங்கே?” சூப்பர்வைஸர் நிமிராமலேயே கேட்டார். அவர் ஒரு இயந்திரத்தின் அடிப்பகுதியை கழற்றி எதையோ சரி செய்து கொண்டிருந்தார். “ஊரப்பாக்கம் ஸார்.”

“நல்லதுதான். எக்மோர்லேயிருந்து வர்றது சுலபம்.”

“வேலையக் கத்துக்கறியா?” கைப்பையைத் தோளிலிருந்து கழற்றியவள் எங்கே வைப்பது என்று துழாவியபோது, “முன்னாடி கவுண்டருக்குக் கீழே இடமிருக்கு” என்றார்.

வெளியே வந்ததும் கவிதாக்கா “வேலை எப்பவுமே அவரு தான் கத்துக் கொடுப்பாரு... பாத்து... கொஞ்சமாக் கத்துக்க,” என்று பையை வைக்கக் குனிந்தபோது காதுக்கு அருகிலே சொன்னாள்.

“இந்த மெஷினோட மூடியத் தூக்கு,” என்று ஒரு நகல் எந்திரத்தைக் காட்டினார். அந்த மூடி சற்றே கனமாக இருந்தது. தூக்கிக் கொண்டே வந்ததும் தானே ஒரு இடத்தில் நின்றது. இந்த ‘ஒரிஜின’லை மெஷின்ல வை’ வண்ணமயமான ஒரு அடுக்குமாடிக்குடியிருப்பு, சுற்றுத் தோட்டத்தின் படம். அதை வைத்தாள்.

“ஒரு நிமிஷம் பேப்பர் அங்கயே இருக்கட்டும்.” மெஷின் அருகே வந்தார். மட்டமான வாசனைத் திரவியத்தின் வாடை. “எப்பிடி வெச்சிருக்க பாரு. மெஷின் மேலேயே ஏ4, ஏ3 அப்பிடின்னு கோடு இருக்கும். அதுக்குள்ளே பொருத்தி வெக்கணும்.” மிகவும்

அருகில் அவர் வந்ததால் பதட்டமாக இருந்தது. “எங்க இருக்கு ஏ4? பாத்தியா?” அவளுக்கு எதுவுமே புரியவில்லை.

“கையக் கொண்டா” அவளது வலது கரத்தைப் பற்றி அசல் காகிதத்தைத் திருப்பினார். அதன் இருபக்க ஓரத்திலும் ஏ4 என ஆங்கிலத்தில் எழுதப் பட்டிருந்தது. வெடுக்கெனக் கையை விடுவித்துக் கொண்டாள். சற்றே தள்ளி நின்றாள். “இப்போ காப்பி சரியா வருமா?” என்ன பதில் சொல்வது என்று தெரியாமல் தலையை ஆட்டினாள். “அப்பிடியா அப்போ பட்டனை அழுத்து.”

பச்சை, சிவப்பு தவிர வேறு சில பொத்தான்களும் இருந்தன. எதை அழுத்துவது என்றே தெரியவில்லை. இந்த முறை உரிமையுடன் கையைப் பிடித்து பச்சைப் போத்தானை அழுத்தினார். இயந்திரத்தின் வலது புறத்தில் நீட்டிக் கொண்டிருந்த பிளாஸ்டிக் தட்டின் மீது விழுந்தது. அதைக் குனிந்து அவர் எடுத்தபோது அவர் தலை அவள் தோளில் உரசி எழுந்தது. அவர் எடுத்த காகிதத்தில் அசலின் நகல் அச்சாகி இருக்கவில்லை. “ஏன் இப்பிடியாச்சுன்னு தெரியுமா?” தெரியாது என்று தலையாட்டினாள்.

“ஜெராக்ஸ்ல எப்பவுமே நாம காப்பி எடுக்கறது நம்ம கண்ணுல படக் கூடாது.”

ராணி இன்னும் பின்னே தள்ளிச் சென்றாள். “இப்போ சரியா வை, வா,” என்றார்.

“பரவாயில்ல நீங்களே வையிங்க. நா கத்துக்கறேன்,”

இந்த முறை அவரே வைத்து ஒரு நகல் வண்ணமயமாக வெளியே வந்தது. ஒரு புத்தகத்தை எடுத்துக் காட்டி, “இதையெல்லாம் எடுக்கறது வேற மாதிரி,” என்று அவர் துவங்கியபோது ராணிக்கு பகீரென்றது.

நல்ல வேளை ஒரு அக்கா உள்ளே வந்தாள். “நான் இந்த புக்கை ரெண்டு காப்பி போடணும் அண்ணா,”

“அக்காவுக்கு ஒத்தாசையா இருந்து கத்துக்கறேன் அண்ணே,”

என்றாள் ராணி. அவர் பழுது பார்த்துக் கொண்டிருந்த இயந்திரம் பக்கம் நகர்ந்தார்.

ராணி வீட்டில் 'இன்வர்ட்டர்' உண்டு. அவளுக்கு மின்சாரத் தடை இருந்தாலும் மின்விசிறி சுற்றும். ஆனால் அந்த நகலெடுக்கும் கடையில் முன்னே வரவேற்பை ஒட்டி ஒரு பெரிய ராட்சத மின் விசிறி நின்றுகொண்டிருந்தது. அது வாடிக்கையாளர்களுக்கானது. அக்காக்கள் காகிதம் அடுக்காமல் சும்மா நிற்கும்போது அதனருகில் சென்று காற்று வாங்குவார்கள். உள்ளே நகலெடுக்கும் இயந்திரங்களிடமிருந்து ஒருபக்கம் வெப்பம் வெளிப்பட்டது. தலைக்கும் கூரைக்கும் அதிக இடைவெளி இருக்கவில்லை. வியர்த்துக் கொட்டியது ராணிக்கு. கையின் ஈரம் நகல், அசல்காகிதங்களின் மீது படாமலிருக்க அங்கே அவ்வப்போது கையைத் துடைக்க வாட்டமாக சிறிய துணிகள் இருந்தன.

மதியம் ஒன்றரைக்குப் பிறகு 'உணவு இடைவேளை' என்ற அட்டையை கவிதா வரவேற்பு மேசை மீது வைத்து குறுகலான மாடிப்படியில் ஏறினாள். மூன்று பேரும் அவளைத் தொடர்ந்து ஏறினர்.

முதல் மாடியில் ஒளிப்பதிவுக் கருவிகளை சரிசெய்யும் கடை இருந்தது. இரண்டாவது மாடிப்படிகளின் முடிவில் மருந்து நிறுவனம் ஒன்றின் கிட்டங்கி. அடுத்த மாடிப்படிகள் ஏறும் போது ராணிக்கு கடுமையாக மூச்சு வாங்கியது. அந்தப் படிகளின் முடிவில் முதல் முறையாக நல்ல வெளிச்சம் தெரிந்தது. மொட்டை மாடிக்குத் திறக்கும் கதவை ஒட்டி இருந்த சிறிய சதுர நடையில் அவர்கள் நால்வரும் அமர்ந்தார்கள்.

சந்திரிகா, மல்லிகா இருவரும் மௌனமாகவே இருந்தனர். தனது மதிய உணவைப் பிறருடன் பகிர வேண்டும் என்று ராணிக்கு தெரியவில்லை. அவள் தான் கொண்டு வந்த இட்டிலியில் கையை வைக்கும்போது கவிதா இரு என்று கையமர்த்தி அவர்களின் உணவுப் பாத்திர மூடியில் அடுத்தவரின் உணவின் ஒரு பகுதியை வைத்தாள். இப்படியாகப் பங்கீடு முடிந்ததும்

நால்வரும் சாப்பிடத் துவங்கினார்கள்.

மல்லிகாவின் கைபேசியைத் தரையிலிருந்து கவிதா எடுத்ததும் அவள், “அதுல பாலன்ஸ் இல்ல கவி,” என்றாள். சந்திரிகா புன்னகையுடன், “நான் கீழேயே வெச்சிட்டு வந்திட்டேன்,” என்றாள்.

“நீ தா. ராணி,” என்று உரிமையுடன் அதை எடுத்து ஓர் எண்ணை அழைக்கமுயன்றாள். வெகுநேரம் அது அழைத்தது. பதிலில்லை. மறுபடி மறுபடி முயன்று பிறகு குறுஞ்செய்தி அனுப்பினாள்.

சாப்பிட்டதும் கையோடு கொண்டு வந்திருந்த தண்ணீர்க் குப்பிகளில் இருந்து மற்ற மூவரும் உணவுப் பாத்திரத்திலேயே கை கழுவினார்கள். “பாத்ரூம்ல கழுவ முடியாதா?” என்றாள் ராணி. “இந்தத் தண்ணிய மொட்டை மாடி கிரில் கேட்டுக்கு உள்ளே கைய உட்டு ஊத் திட்டுப் போவேண்டியதுதான். பாத்ரூம் பக்கத்து பில்டிங்கில இருக்கு. வாட்ச் மேன் கிட்டே சாவி வாங்கிக்கிட்டுப் போகணும். அவரு சில சமயம் எக்குத் தப்பான கேள்வியெல்லாம் கேப்பாரு. கொஞ்சம் பொறு. ஓட்டலைக் காட்டுறத்துக்காகக் கூட்டிப் போவேன். அங்கேயே யூஸ் பண்ணிக்க”

திரும்ப கடைக்கு வந்ததும் “அண்ணா, லாயர் ஆஃபீஸை ராணிக்கிக் காட்டிட்டு வரேன்,” என்றபடி கிளம்பினாள்.

“என்ன அவசரம்?” என்ற சூபர்வைஸரிடம், “பிறகு கஸ்டமர் நிறைய வந்துடுவாங்க,” என்றபடி படிகளில் இறங்கினாள். அண்ணாசாலை சுரங்க நடைபாதைக்கு அருகே, “நேராப் பாத்து நட,” என்றபடி கவிதா விரைந்தாள். ஓரக்கண்ணால் பார்த்தாள் ராணி. மதுபானக் கடையிலிருந்து வெளிவருவோர் தென்பட்டனர்.

சாந்தி திரையரங்கம் தாண்டி ஒரு சிறிய வளாகப் படிகளில் ஏறியவள் முதல் மாடியில் ஓர் அலுவலகத்தை அடைந்தாள். அங்கே இருந்த பெண்ணிடம், “இவ பேரு ராணி. இனிமே

இவ எங்க கடையில வேலை செய்வா" என்று பதிலை எதிர்பார்க்காமல் படியிறங்கினாள். நேரே கடைக்குச் செல்லாமல் சாந்தி திரையரங்கின் உள்ளே அவள் நுழைய இவள் பின் தொடர்ந்தாள். வாகன நிறுத்துமிடத்தை ஒட்டி இருந்த உணவகத்தின் வாசலில் ஓரமாக நின்றாள் கவிதா. எடை பார்க்கும் இயந்திரம், பல்வேறு வடிவங்களில் வாகனங்கள் தென்பட்டன. வசதியானவர்கள் பலரும் உள்ளே சென்று வந்தபடி இருந்தார்கள். உணவகத்துக்கு வெளியே திரையரங்கின் சீட்டு வழங்கும் வரிசைக்கு அருகே ஒரு இடத்தைக் காட்டினாள் கவிதா. அங்கே ஆண் பெண் படம் போட்ட கழிப்பறை இருந்தது. ராணி திரும்ப வந்த பின்பும் அவள் என்ன அவசரம் என்பது போல நின்றபடி இருந்தாள். இப்படியாகவே 15 நிமிடத்துக்கு மேல் ஆகியிருக்கும்.

"உள்ளே போவோம்," என்றபடி முன் சென்றவள் பின் சென்றாள் ராணி. நுழைந்த உடன் பணம் பெறும் மேசை இருந்தது வலது பக்கம் வட்டவடிவ மேசைகளில் பலர் நின்றபடி சாப்பிட்டுக் கொண்டிருந்தார்கள். அதை ஒட்டி பழரசம் செய்து தரும் மேடை, உணவு சமைக்கும் பிரிவுகள் இருந்தன. இடது பக்கம் பெரிய உணவுக்கூடம். உள்ளே கூட்டம் நிரம்பி வழிந்தது. பலர் இடம் கிடைக்காமல் காத்திருந்தனர். எல்லா மேசைகளையும் நோட்டம் விட்ட கவிதா, "வா போலாம்," என விரைந்து வெளியே வந்தாள். மதியம் மூன்று மணிவரை அவள் வரவேற்பிலேயே இருந்தாள்.

ராணி எதாவது ஓர் அக்காவுடன் அவர்களுக்கு உதவி செய்வதாக ஒட்டிக் கொண்டாள். வெப்பம் தாங்க முடியாதபடி உயர்ந்து கொண்டிருந்தது. மூன்றரை மணிக்கு, "காப்பி வாங்கப் போறேன் அண்ணா," என்று கிளம்பிய கவிதா, "வா ராணி" என்றாள். "காபி வாங்க எதுக்கு ரெண்டு பேரு?" என்றவரிடம், "அவ புதுசு, எல்லாம் பளகட்டும்," என்று ஒரு கையில் ஃபிளாஸ்க் இருக்க மறுகையில் ராணியைப் பிடித்து இழுத்துச் சென்றாள்.

மீண்டும் சாந்தி திரையரங்க உணவகத்தில் நுழைந்தவள் பணம் செலுத்துமிடத்தில் ரசீதை வாங்கிக் கொண்டு 'ப்ளாஸ்க்கை'யும்

ரசீதையும் காபி போடும் இடத்தில் கொடுத்து விட்டு, "இங்கயே இரு," எனச் சைகை செய்து விட்டு மீண்டும் உணவுக்கூடத்துக்குள் சென்றாள். காப்பி தயாராகி 'ஃபிளாஸ்க்' நிறைந்தபின்னும் அவள் வரவில்லை.

சற்று நேரத்தில் அவள் பரபரப்பாக வந்து இவள் கையைப் பற்றி, "வா போலாம்," என்று நகர்ந்தாள். வாசலில் 'ஸபாரி சூட்' அணிந்த உயரமான ஓர் ஆள் வழிமறித்தார்.

"யாரு நீ? மத்தியானத்திலே இருந்து இங்கேயே சுத்துற?" அவரைக் கண்டுகொள்ளாமல் நகர்ந்தவள் முன்னே அவர் மறுபடி வந்து, "எங்கே வேலே பாக்குற?" என்றார். "காப்பி வாங்க வந்தோம்," என்றாள் கவிதா. "உன் பேரென்ன?" என்றவர் கண்களை உற்றுப் பார்த்து, "எனக்குப் பேரே கிடையாது," என்று சொல்லிவிட்டு அவருக்குப் பக்கவாட்டில் நகர்ந்து விரைந்தாள்.

மாலையில் வாடிக்கையாளர்கள் நிறைந்தனர். ஏழு மணி ஆனதே தெரியவில்லை. பெண்கள் மூவரும் கிளம்ப ராணியும் கிளம்பினாள். பேருந்து நிறுத்தத்தில் கவிதாவுக்கு முதலில் பேருந்து கிடைத்தது. அது வரை அவள் ராணியின் கைபேசியை சோதித்துக் கொண்டே இருந்தாள். ஓரிருவரை அழைக்கவும் செய்தாள். ஆனால் அழைத்தவர் பேசவில்லை. பேருந்தில் ஏறும் முன், "காலைல பதினோரு மணிக்கு முன்ன வராத," என்று அழுத்தமாக கூறி விட்டுப் பேருந்தினுள் ஏறினாள்.

அன்று இரவு ஒரு குறுஞ்செய்தி ராணியின் கைபேசியில் வந்தது. அது ஆங்கிலத்தில் இருந்தது. அண்ணன் அல்லது அண்ணியிடம் காட்டிப் படிக்கச் சொல்லலாமென்ற எண்ணத்தை முளையிலேயே கிள்ளினாள். அது கவிதாவுக்குத்தான் வந்தருக்க வேண்டும். நீண்ட குறுஞ்செய்தியில் "அவுட் ஆஃப் சென்னை" என்னும் மூன்று வார்த்தைகள் மட்டுமே அவளுக்குப் புரிந்தன.

–

தமிழ்நாடு முற்போக்கு கலை இலக்கிய (தேனீ) மேடை விருதுகள் 2019ல் பாரதிதாசன் நினைவு மூத்த படைப்பாளர் விருதைப் பெற்றுள்ள கவிஞர், எழுத்தாளர் சத்யானந்தன் (முரளிதரன் பார்த்தசாரதி) இருபத்தோரு ஆண்டுகளுக்கும் மேலாக காலச்சுவடு, தீராநதி, சதங்கை, கணையாழி, நவீனவிருட்சம், சங்கு, உயிர்மை, மணிமுத்தாறு, சங்கு, புதியகோடாங்கி, இலக்கியச் சிறகு, கனவு உள்ளிட்ட சிறு பத்திரிகைகளிலும், திண்ணை, சொல்வனம் உள்ளிட்ட இணையதளங்களிலும் தீவிரமாகத் தனது படைப்புகளைப் பிரசுரித்துள்ளார். நவீன புனைகதைகள், நாவல்கள், கவிதைகள், கட்டுரைகளை வித்தியாசமாகப் படைக்கும் இவரது மேய்ப்பன் சிறுகதை 'அரூ' இணைய இதழின் விஞ்ஞானக் கதைகளுக்கான போட்டியில் இறுதி 15 கதைகளுள் ஒன்றாகத் தேர்வு பெற்றது, 'தப்பு தான்' சிறுகதை போடி மாலன் நினைவு சிறுகதைப் போட்டி 2019 யில் இரண்டாம் பரிசை வென்றது. இவரது 'சிறகுகளின் சொற்கள்' சிறுகதையின் ஆங்கில வடிவம் உலகளாவிய தமிழ்ச்சிறுகதைகளின் ஆங்கிலத் தொகுப்பான Unwinding ல் சேர்க்கப்பட்டது. 2019ல் வெளியான காலச்சுவடின் 'தாடங்கம்' சிறுகதைத் தொகுதி உருவம் மற்றும் உள்ளடக்கத்தில் புதிய தடங்களைக் கண்டதற்காக கவனம் பெற்று காலச்சுவடின் வெளியீடான 'தாடங்கம்' சரவணன் மாணிக்கவாசகத்தின் நூறு நூல்களுள் இடம் பெற்றுள்ளது. வாசிப்பையும் எழுத்தையும் இருகரைகளாகக் கொண்டு சமகால எழுத்துக்களை அலுக்காமல், சளைக்காமல், அமைதியாக தன் போக்கில் தொடர்ந்து

அறிமுகப்படுத்தி, விமர்சித்து, கவனப்படுத்தி வருகிறார். புது பஸ்டாண்ட் நாவல் 2020ன் கவித்துவமும் நவீனத்துவமான வடிவத்துக்கான நாவலாக கவனம் பெற்றது. தொடர்ந்து தீவிரமாக படைப்பாக்கத்தில் இருக்கும் சத்யானந்தன் நேரடியாக ஆங்கிலத்தில் எழுதிய Shoulders என்ற சிறுகதை HydRaWவின் 2020 ஆண்டுத்தொகுப்பிற்குத் தேர்வாகி சேர்க்கப்பட்டது.

பிரசுரமாகியுள்ள நூல்கள்

1. கைப்பைக்குள் கமண்டலம் – கவிதைகள் (2019)
2. குதிரை ஏறும் காதல் – கவிதைகள்(2019)
3. வெளியே வீடு – கவிதைகள்
4. தாடங்கம் – சிறுகதைகள்
5. தோல் பை – சிறுகதைகள்
6. விக்கிரகம் – நாவல்
7. முள்வெளி – நாவல்
8. போதி மரம் – நாவல்
9. புருஷார்த்தம் – நாவல்
10. கரடி பொம்மையை எடுத்தது யார்? – சிறார் நாவல்
11. துறவி (மொழிபெயர்ப்பு) – நாவல்
12. நான் ஏன் இந்துவாக இருக்கிறேன் – மொழிபெயர்ப்பு
13. புது பஸ் ஸ்டாண்ட் – நாவல்

மூன்றாம் பாலினரின் வலி மிகுந்த உலகம் கூர்மையாய் வெளிப்படும் 'தப்புதான்', இன்னும் 50 வருடத்தில் வர இருக்கும் விஞ்ஞான வளர்ச்சியின் பின்னணியில் மனித உறவுகளில் ஏற்படப் போகும் மாற்றங்களைச் சித்தரிக்கும் 'மேய்ப்பன்', பெண்ணின் நுட்பமான சொரணைகள் கண்மூடித்தனமாக நிராகரிப்படுவதை மாய யதார்த்தத்தில் சுட்டும் 'மோகினியின் வளையல்கள்', வடகிழக்கு மற்றும் பீகார் மாநிலங்களில் இருந்து நம்மூரில் கூலித் தொழிலில் உழல்வோரின் வாழ்க்கையை மையப்படுத்தும் யதார்த்தக் கதையான 'சூஹா ஜால்'

உள்ளிட்டவற்றைக் கொண்ட இத்தொகுப்பில் ‘வாடாத நீலத் தாமரைகள்’ சிறுகதை இதிகாசத்தின் மறுவாசிப்பாகும். யதார்த்தம், நவீனத்துவம், பின் நவீனத்துவம் மற்றும் விஞ் ஞானப் புனைகதைகள் என 19 சிறுகதைகளும் பன்முகப் புனைவில் வாசகருக்கு கற்பனை மிகுந்த வாசிப்புக்கான கலைப் படைப்புகள். ‘சிறகுகளின் சொற்கள்’ தமிழில் வெளிவந்த பின் நவீனத்துவக் கதைகளுள் தனி இடம் கொண்டது. தீவிரமாக படைப்பாக்கத்தில் இருக்கும் சத்யானந்தனின் தோல் பை, தாடங்கம் ஆகிய தொகுதிகளைத் தொடர்ந்து மூன்றாவதாக வெளியாகும் இத்தொகுதி அவரது படைப்புலகம் பற்றிய புதிய சாளரத்தைத் திறப்பது. மேய்ப்பன் சிறுகதை ‘அரூ’ இணைய இதழின் விஞ்ஞானக் கதைகளுக்கான போட்டியில் இறுதி 15 கதைகளுள் ஒன்றாகத் தேர்வு பெற்றது. ‘தப்புதான்’ சிறுகதை 2019 ‘போடி மாலன் சிறுகதைப் போட்டி’யில் இரண்டாவதாகத் தேர்வு பெற்றது.

www.ingramcontent.com/pod-product-compliance
Ingram Content Group UK Ltd.
Pitfield, Milton Keynes, MK11 3LW, UK
UKHW042020190726
13854UKWH00005B/2376

9 789390 053179